'ஆனந்த விகடன்' வார இதழில் நாயகன் தொடரில் வெளியாகி பல இலட்சம் வாசகர்களை ஈர்த்த எழுத்து...

நாயகன்

அம்பேத்கர்

அஜயன் பாலா

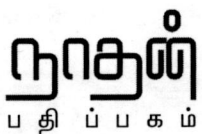

நாதன்
பதிப்பகம்

நாயகன் அம்பேத்கர் **I** ஆசிரியர்: அஜயன் பாலா© **I** நாதன் பதிப்பக முதல் பதிப்பு: நவ 2021 **I** நூல் வடிவமைப்பு: ஆர்.பிரகாஷ் **I** அட்டை வடிவமைப்பு: லார்க் பாஸ்கரன் **I** வெளியீடு: நாதன் பதிப்பகம், 16/10 பாஸ்கர் தெரு, நேரு நகர், தசரதபுரம், சாலிகிராமம், சென்னை 600 093 **I** தொடர்புக்கு: 98840 60274 email: nathanbooks03@gmail.com

விலை: ரூ 140   www.nathanbooks.com

ISBN : 978-81-973456-2-3

என்னை ஆக்கிய ஈன்றோருக்கு
முதல் வணக்கம்

என்றும் நினைவில் வாழும்
ஆர்.பாஸ்கரன் - சாந்தி பாஸ்கரன்

அகத்தினுள் ஒளிர்ந்த அண்ணல் முகம்

ஆனந்த விகடன் வார இதழில் நான் எழுதி வந்த நாயகன் தொடரில் துவக்கத்தில் சே குவேரா, சார்லி சாப்ளின், நெல்சன் மண்டேலா, கார்ல் மார்க்ஸ் ஆகிய தலைவர்களின் வாழ்க்கை வரலாற்றுக்கு மிகப் பெரிய வரவேற்பு கிடைத்தது. ஆனாலும் இவர்களைத் தொடர்ந்து பெரியார் எழுதிய போதுதான் என் வாசகப்பரப்பு பல மடங்கு விரிந்து பல லட்சம் பேரை அடைந்தது. இதன் காரணமாக அடுத்து யாரை எழுதப்போகிறேன் என்ற ஆவல் அனைவரிடமும் தொற்றிக்கொண்டது. நான் செல்லும் இடம் தோறும் வாசகர்கள் அடுத்த நாயகன் யார்? யார்? என துளைக்கத் துவங்கினர். என் மனதுள் ஆழமாக அம்பேத்காரின் முகம் அப்போதே பதிந்திருந்தாலும் புகை மூட்டமாக ஒரு பயம் ஓடிக் கொண்டே இருந்தது. அந்த பயத்துக்கு சில காரணங்களும் இருந்தன..

இதுவரை பெரியாருக்கு முன் எழுதிய தலைவர்கள் அனைவரும் வெளிநாட்டவர் என்பதால் எனக்கு பதட்டம் எதுவும் இல்லை.. அது போல பெரியாரை எழுதும் போதும் ஒரு வசதி. அவர் தமிழ்நாட்டைச் சேர்ந்தவர் எந்த சந்தேகத்துக்கும் அவரோடு வாழ்ந்தவர்கள் விடை தீர்ப்பார்கள் அது ஆய்வுக்கும் எழுதுவதற்கும் ஒரு வசதியாக இருந்தது...ஆனால் அம்பேத்கர் அப்படியல்ல. வேறு மொழி,வேறு நிலம். அவர் வாழ்ந்த இடங்களுக்குச் செல்லவோ ஆய்வு செய்யவோ வாய்ப்புகள் குறைவு.. மேலும் ஆய்வுக்கும் அவர் பற்றிய தகவல் சரிபார்ப்புக்கும் கடும் உழைப்பை கோரும் பணி. அது. மேலும் மிக நுட்பமான அரசியல் பிம்பம் அவருடையது. அவரைப் பற்றி லேசாக தகவல்பிழையோ சொற்பிழையோ கருத்துப்பிழையோ ஏற்பட்டாலும் அது எனக்கு பெரும் அவப் பெயரை உண்டாக்கி நிரந்தரமாக எழுத்துப் பணியை உறைய வைத்துவிடும்.

தமிழிலும் அவரே எழுதிய தொகுப்பு நூல்கள் தவிர வேறு நூல்களே இல்லை. அப்படியே அக் காலத்தில் தமிழில் கிடைத்த ஒரு சில நூல்களும் என் எழுத்துக்கு தேவைப்படும் பொருண்மை கொண்டவையும் அல்ல. இது மட்டுமல்லாமல் ஏற்கனவே நான் எழுதிய பெரியார் தொடரின் மகத்தான வெற்றி வேறு என்னை அச்சமூட்டியது. அதற்கு கடுகளவு குறைந்தாலும் என் மனசாட்சியே என்னைக் கொன்றுவிடும். இச்சூழலில் அம்பேத்கரை. அவரது அறிவின் ஆற்றலை, கற்பனைக் கெட்டா அவரது பிரதிமையை, பேருருவை, முழுமையாக சிறு தொடரில் பெரும் வாசகப்பரப்பில் கொண்டு சேர்த்து விட முடியுமா என்ற அச்சம் மனதில் ஒருவித கானலைக் காட்டி அச்சமூட்டியது..

இதனாலேயே அடுத்து யாரை தேர்ந்தெடுப்பது என்பதில் சட்டென முடிவெடுக்க முடியவில்லை... அப்படிப் பட்ட குழப்பமான காலத்தில் மனதில் அலைந்த கானல் வரிகளினூடே எழுந்தது ஒரு திருமுகம். எனக்குள் ஒரு நம்பிக்கையின் ஒளியை பாய்ச்சியது அந்த கண்ணாடியணிந்த முகம்.

“நீ எழுதப்போவது உனக்காக அல்ல இரண்டாக பிரிக்கப்பட்டு ஒதுக்கப்பட்ட எத்தனையோ தமிழ் கிராமங்களில் நம் தம்பி தங்கைகள் இதைப் படிக்கப் போகிறார்கள். கல்வியே ஒரு அம்பேத்காரை விடிவெள்ளியாக்கியது அவர் போல நாமும் உருவாக வேண்டும் என்ற எண்ணத்தை உன் எழுத்துக்கள் விதைக்கும் அதன் பொருட்டவாது நீ மற்ற தலைவர்களுக்கு எழுதியதை விட பல மடங்கு கூடுதல் உழைப்பை செலுத்து உன்னால் சிறப்பாக எழுத முடியும்.” என அந்த முகம் எனக்குள் நம்பிக்கை விதைகள் தூவியது.

அதன் பின் யார் என்னிடம் கேட்டாலும் துணிந்து அடுத்த நாயகன் அம்பேத்கர் என்றேன்.அது போலவே பெரியார் தொடர் முடிந்து விகடனில் அடுத்த நாயகன் அம்பேத்கர் என்ற அறிவிப்பும் வெளியாகியது. தொடர்ந்து அம்பேத்கர் தொடர்பான நூல்களை வாங்கி அதனுள் இரவுபகலாக மூழ்கத் துவங்கினேன். சென்னையில் கிடைக்காத. சில நூல்களை மும்பையிலிருந்து அஞ்சலில் வரவழைத்தேன் தொடர்ந்து தலித் முரசு ஆசிரியர்.தோழர் புனித பாண்டியன், தற்போது வி.சி.க துணைப் பொதுச்செயலாளர்களாக

இருக்கும் தோழர்கள் வன்னி அரசு மற்றும் கௌதம் சன்னா ஆகியோர் வழிகாட்டினர். தோழர் குடியரசு தோழர் சித்தார்த்தன் ஆகியோருடன் உரையாடி கூடுதல் தெளிவை உள்வாங்கிக் கொண்டேன்.

முதல் வாரம் வெளியானது பயந்துகொண்டே இருந்தேன் எதிர்பார்த்ததைக் காட்டிலும் வரவேற்பு உற்சாகமூட்டியது.. தொடர்ந்து ஒவ்வொரு வாரமும் வெளியாக உற்சாகம் கிளை பரப்பத் துவங்கியது.. என்றாலும் எனக்குள் ஒரு அச்சம் நாயகன் பெரியார் அளவுக்கு மக்கள் மனதில் நாயகன் அம்பேத்கர் ஊடுருவினாரா என்ற எண்ணம் மட்டும் ஓடிக் கொண்டேயிருந்தது தொடர் முடிந்த கையோடு பெரியார் போலவே இதையும் உடனே நூலாகக் கொண்டுவர வாசகப்பரப்பில் அதிக அழைப்புகள் வந்தன. தொடரின் மிகப்பெரிய வெற்றிக்கு அதுவே சான்று.

விகடன் பதிப்பகம் உடனே நூலாக கொண்டுவர முடிவு செய்தது. புத்தகம் அச்சாகும் முன்பே அந்த நூலுக்கான சிறு வெளியிட்டு விழாவை ஆம்பூரில் நடத்த வேண்டும் என நண்பர் யாழன் ஆதி கேட்டுக்கொண்டார். அந்த விழாவில் கலந்துகொண்டு சிறப்புரை நிகழ்த்த தோழர் அ. மார்க்ஸ் அவர்களையும் தோழர் கவிஞர் சுகிர்தராணி அவர்களையும் அழைத்திருந்தோம். புத்தகம் அச்சானதும் விகடன் பதிப்பகம் சென்று அறிமுக விழாவுக்கு புத்தகங்கள் கேட்க. கைவசமிருந்த அனைத்து பிரதிகளும் பார்சலில் வெளியூருக்கு அனுப்பிவிட்டோம் நாளைக்குத்தான் கிடைக்கும் என கைவிரித்தனர்.. கடைசியில் அவசரத்துக்கு என பத்து பதினைந்து பிரதிகள் மட்டும் வாங்கிக்கொண்டு திரும்பினேன்.

மறுநாள் காலை நண்பர்கள் தளவாய் சுந்தரம், ராஜகோபால் ஆகியோரும் தோழர் அ..மார்க்ஸை அழைத்துக்கொண்டு ஆம்பூர் செல்ல சென்னை சென்ட்ரல் ரயில் நிலையம் விரைந்தோம் மாலை விழா என்பதால் காலை பதினோரு மணி க்கு புறப்படத் தயாராக இருந்த சென்னை புறநகர் ரயில் ஒன்றில் ஓடிச்சென்று ஏறிக்கொண்டோம். ரயிலிலோ பெரும் கூட்டம். உட்கார இடமில்லை. சரி நான்கு மணி நேரம் தானே நின்றுகொண்டே போய் விடலாம் என எண்ணி ஓரமாய் ஒதுங்கி நின்றோம்

ரயில் புறப்படத் தயாரான நிலையில் அச்சமயம் பார்த்து அவசரமாக ஐந்தாறு பெண்கள் முண்டியடித்து எங்கள் பெட்டியில் ஏறினர். வேகமாக வந்தவர்கள் நாங்கள் நின்று கொண்டிருந்த இடத்தில் எங்களை ஒதுங்கச்சொல்லிவிட்டு வட்டமாக தரையில் அமர்ந்தனர். என்ன இப்படி நிற்ககூட இடமில்லமல் இப்படி செய்கிறார்களே என நான் அ..மார்க்ஸ் அவர்களை சங்கடத்துடன் பார்க்க அவரோ கீழே அந்த பெண்களையே பார்த்துக்கொண்டிருந்தார்.. நானும் அப்படி என்ன பார்க்கிறார் என கீழே ஆவலுடன் பார்க்க அந்த பெண்கள் ஒவ்வொருவரும் கொண்டு வந்த பையிலிருந்து ஒவ்வொரு புத்தகத்தை உருவி வெளியே எடுத்தனர். அவர்கள் கையிலிருந்த புத்தகத்தின் அட்டை என்னை ஆயிரம் வாட் மின் காந்த அலையால் திக்குமுக்காட வைத்தது

எந்த புத்க்கத்தின் அறிமுக விழாவுக்காக ஆம்பூர் செல்கிறோமோ அந்த புத்தகங்கள்..அவை. விகடன் வெளியீடாக நாயகன் அம்பேத்கர்.. நான் அவர்களிடம் ஆவல் மிகுதியில் இந்த புத்தகம் எங்கு வாங்கினீர்கள் எப்படிகிட்டியது என்றேன். அவர்களோ ஹிக்கின் பாதம்ஸில் இப்போதுதன் வந்திறங்கி அடுக்கிக் கொண்டிருந்தார்கள். கையோடு முதல் ஆளாய் வனக்கிக்கொண்டுவந்தோம் என்று விட்டு மீண்டும் உற்சாகத்துடன் புத்தகத்தில் மூழ்கினர்

எனக்கு மட்டுமல்லாமல் என்னோடு வந்த தோழர் அ.மார்க்ஸ் உள்ளிட்ட நண்பர்களுக்கும் இது எதிர்பாரா அதிர்ச்சி. யோசித்துப் பாருங்கள் எந்த புத்தகத்தை வெளியிடப் போகிறோமோ அந்த புத்தகத்தை ஏதோ ஒரு ரயிலில் ஏதோ ஒருபெட்டியில் ஐந்தாறு பெண்கள் படிக்கிறார்கள் என்றால் கூடபரவாயில்லை அதுவும் நங்கள் பயணிக்கும் அதே ரயிலில் அதே பெட்டியில் அதுவும் எங்கள் கால்களின் கீழே அவர்கள் அமர்ந்து படிக்கிறார்கள் என்றால் அது அதிசயம் என்றில்லாமல் வேறென்ன வியக்க? அந்த பெண்களின் கையிலிருந்த புத்தகத்தின் அட்டையில் அம்பேத்கர் நாயகன் என எழுதப்படிருக்க கீழே அந்த கண்ணாடியணிந்த முகம் என்னை பார்த்து சிரித்தது. அதில் எனக்கான பதிலும் இருந்தது.

அஜயன் பாலா

17-11-2021

|01|

கல்வியின்மையால் அறிவை இழந்தோம்;
அறிவின்மையால் வளர்ச்சியை இழந்தோம்;
வளர்ச்சியின்மையால் சொத்தை இழந்தோம்;
சொத்து இல்லாததால் சூத்திரர்களாக ஆனோம்!

- ஜோதிராவ் புலே (1890)

மகாராஷ்டிராவில் கொங்கன் மாவட்டத்தின் டபோலி எனும் சிறு கிராமம். அதிகாலைப் பனி விலகாத வயல்வெளிக்கிடையே பாம்பு போல வளைந்து செல்லும் ஒற்றையடிப் பாதையில் ஒரு ஜோடிப் பிஞ்சுக் கால்கள் தாவிக் குதித்து ஓடுகின்றன. பின்னாலேயே அவனது தந்தை. அன்றுதான் அந்தச் சிறுவனுக்குப் பள்ளியின் முதல் நாள். அதனாலேயே, தந்தை மகன் இருவருக்குள்ளும் கரை காணாத உற்சாகம். ஆனால், பள்ளியில் சேர்ந்த அடுத்த நொடியிலேயே அந்தச் சிறுவனின் உற்சாகம் வடிந்து, வகுப்பறையைவிட்டு வெளியேறியது. காரணம், சக மாணவர்களுடன் சரி சமமாக உட்கார அவனுக்கு அனுமதி மறுக்கப்பட்டது. அவன் மகார் இனத்தைச் சேர்ந்தவன் என்பதுதான் காரணம். மீறி அந்தச் சிறுவன் தொடர்ந்து படிக்க விரும்பினால், வகுப்புக்கு வரும்போது புத்தகப் பையுடன் ஒரு கோணிச்சாக்கையும் கொண்டுவரும்படி

வேண்டா வெறுப்பாக உத்தரவிட்டார் ஆசிரியர். அன்று, அந்தச் சிறுவனின் மனதில் ஆயிரம் கேள்விகள். 'நாம் தீண்டத்தகாதவர்கள். நாம் சார்ந்திருக்கும் இந்து மதம் நம்மை அப்படித்தான் மற்றவர்களிடமிருந்து பிரித்து ஒதுக்கி இருக்கிறது' எனத் தன் மகனுக்கு பிற்பாடு விளக்கினார் அவனது தந்தை. அன்று இரவு, அந்தச் சிறுவனின் கன்னங்களில் நீர் வழிந்தது. மறுநாள், ஆசிரியர் மற்றும் இதர மாணவர்களின் பார்வை வாசலை நோக்கித் திரும்பியது. அங்கே, அந்தச் சிறுவன் கையில் கோணிச்சாக்குடன் நின்றிருந்தான்.

1947... ஐம்பது ஆண்டுகளுக்குரிய வளர்ச்சியுடன் இப்போது அந்தச் சிறுவன் கோட்சூட் அணிந்த மனிதனாக வந்து நின்றான். ஒட்டுமொத்த இந்தியாவே அவனது வருகைக்காக நாடாளுமன்றத்தில் திரும்பிப் பார்த்தது. இப்போது அவன் கையில் கோணிச்சாக்கு இல்லை... மாறாக, கோப்புகள் இருந்தன. இந்தியாவின் எதிர்காலத்தையே தீர்மானித்த இந்திய அரசியல் சாசனச் சட்டம் அந்தக் கோப்பில் இருந்தது. தாழ்த்தப்பட்டவர்களின் மீதான அடிமைத்தளையைக் கல்விஎனும் வெடி வைத்துத் தகர்த்த வீரனாகவும், இந்து மதத்தின் 2, 500 வருட மனக் கசடான மனு எனும் அதர்மத்தை விரட்டியடித்த அறிவுச் சுரங்கமாகவும், இந்தியாவின் அக விடுதலைக்காகத் தனது காலத்தை விதையாக்கிப் போராடி வெற்றித் திருமகனாக வாழ்ந்த தியாகி... டாக்டர் பி.ஆர்.அம்பேத்கர்.

அம்பேத்கரின் வாழ்க்கை தவிர்க்கவே முடியாமல் இந்தியாவின் மூவாயிரம் ஆண்டுகளுக்கு முன்பிருந்து துவங்குகிறது. மூவாயிரம் ஆண்டுகளுக்கு முன் இந்தியாவில் வாழும் நிமித்தம் நாடோடிகளாக வந்த புதிய இனத்தவரான ஆரியர்கள், பொருளீட்டும் வாழ்வில் மேம்பட்டவர்களாக இருந்தனர். இதனால் இந்தியாவின் பூர்வகுடிகளை அவர்களால் சுலபமாகச் சமாளிக்க முடிந்தது. தங்களை எதிர்ப்பிலிருந்து காத்துக்கொள்ளும் பொருட்டாக, சமூகத்தை நான்காகப் பிரித்தனர். பிராமணர், சத்ரியர், வைசியர், சூத்திரர் என்பதாக அதிகாரத்தின் படிகளை அவர்களே அமைத்தனர். அதற்கான காரணங்களை வடிவமைக்க, கடவுளும் மதமும் உருவானது. அதனை

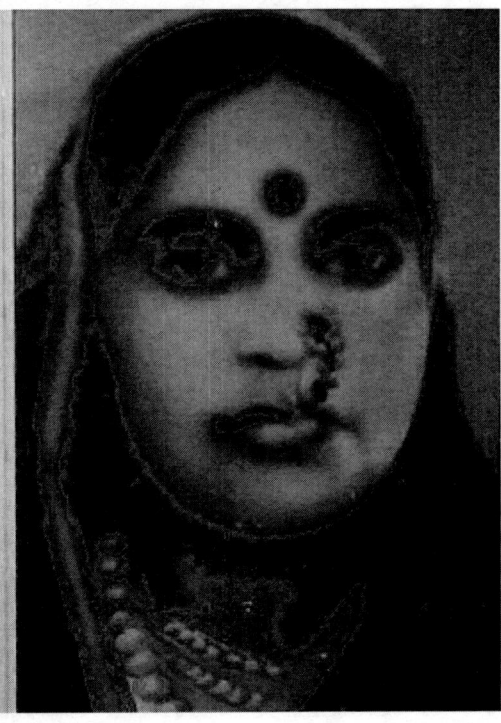

அம்பேத்கரின பெற்றோர்

நம்பவைக்க வேதங்களும், புராணங்களும், கதைகளும் உருவாக்கப்பட்டன. சடங்குகளும் சம்பிரதாயங்களும் இறுக இறுக, அதிகாரம் சூத்திரர்களை மேலும் மேலும் ஒதுக்கிக்கொண்டே போனது. உலகில் எந்த நாட்டிலும், ஒருவன் எத்தனை கீழான குடியில் பிறந்தாலும், வளர்ந்த பிறகு அவன் தன் நிலையை மேம்படுத்திக்கொள்வது அவனது அறிவையும் நடத்தையையும் பொறுத்தே அமைகிறது. ஆனால், இந்தியாவில் மட்டும் கருவில் பிறக்கும்போதே அது தீர்மானிக்கப்பட்டு, வாழ்வில் எத்தனைதான் உயர்ந்தாலும் தாழ்ந்தவனாக கருதப்படும் இழிநிலை கட்டமைக்கப்பட்டது. இதனால், அவர்களின் உரிமைகள் பிடுங்கப்பட்டன; அறிவு பிடுங்கப்பட்டது; அவர்களுக்கான வாழ்நிலம் பிடுங்கப்பட்டது; ஆடைகள் பிடுங்கப்பட்டன; சுதந்திரமும் பிடுங்கப்பட்டு அடிமைகளாக மாற்றப்பட்டனர்.

இந்த இழிநிலையிலிருந்து தன்னையும் தனது சமூகத்தையும் விடுவிக்கத் தோன்றிய விடிவெள்ளியாக, டாக்டர்

அம்பேத்கர், ஏப்ரல் 14, 1891ம் ஆண்டு மத்தியப்பிரதேசத்தில் மாஹு எனும் சிற்றூரில் பிறந்தார். அவரது தந்தையார் ராம்ஜி சக்பால். மகாராஷ்டிரத்தில் கொங்கன் மாவட்டத்தைச் சேர்ந்த அம்பவடே எனும் சிறு கிராமம்தான் அவரது பூர்விகம். ராம்ஜியின் வம்சாவளியினர் மகாராஷ்டிரத்தின் பூர்வகுடிகளான மகார் இனத்தைச் சேர்ந்தவர்கள். துவக்க காலத்தில் இந்த இனத்தைச் சேர்ந்தவர்கள் மட்டுமே இங்கு வசித்த காரணத்தால்தான் மகா(ர்)ராஷ்டிரம் என்ற பெயர் இந்த நிலப்பரப்புக்கு உருவானது. ஓங்குதாங்கான மகார்களை அப்போது இந்தியாவை ஆட்சி செய்த கிழக்கிந்திய கம்பெனி, தன் படைவீரர்களாகச் சேர்த்துக்கொண்டது. அம்பேத்கரின் தந்தை ராம்ஜி சக்பாலும் அந்தப் படையில் சுபேதாராகப் பணிபுரிந்துவந்தார். இதனாலேயே, ராம்ஜி சக்பாலுக்கு ஓரளவு வசதி படைத்த குடும்பத்தைச் சேர்ந்த பீமா என்ற பெண்ணைத் திருமணம் செய்ய முடிந்தது. ராம்ஜி சக்பாலுக்குத் தனது மனைவியின் மேல் கொள்ளைப் பிரியம். வரிசையாகப் பிறந்தன பதினாலு குழந்தைகள். அதில், பதினான்காவதாகப் பிறந்தது ஓர் ஆண்குழந்தை. குழந்தைக்கு என்ன பெயர் சூட்டுவது என யோசித்த ராம்ஜிக்கு, சட்டெனத் தோன்றியது மகாபாரத பீமனின் உருவம். அடிப்படையில், தீவிர பக்திமானான அவர், ஒரு குத்துச்சண்டை பிரியரும்கூட. அதன் காரணமாக, தனது மகனும் எவருமே அசைக்க முடியாத வீரனாக வருங்காலத்தில் வளர வேண்டும் என்ற எண்ணத்தில் பீம் என அவனுக்குப் பெயர் சூட்டினார்.

பீமுக்கு இரண்டு வயதானபோது, சுபேதார் ராம்ஜி சக்பாலின் வாழ்வில் ஒரு திடீர் சோதனை. இனி மகார்களைப் படைப்பிரிவில் சேர்க்கக் கூடாது என பிரிட்டிஷ் அரசாங்கம் புதிய கட்டுப்பாட்டை விதித்ததால், ராம்ஜியின் வேலை பறிபோனது. மீண்டும் தனது சொந்த ஊரான மகாராஷ்டிரத்தின் டபோலிக்கே குடும்பத்துடன் இடம்பெயர்ந்த ராம்ஜிக்கு, அந்த இடமும் கசந்தது. காரணம், அங்கும் தலைவிரித்தாடிய சாதியக் கொடுமை. தீண்டாமை எனும் பேய் அந்த ஊரையே நோய்க்கூறாகப் பற்றியிருந்தது. தனது பிள்ளைகள் பள்ளி சென்று முறையான கல்வியைப் பெறுவதற்குக்கூட அங்கிருந்த ஆசிரியர்களும்

இளம் வயதில் அம்பேத்கர்

இதர சாதிகளைச் சேர்ந்த மக்களும் தடையாக இருப்பதைக் கண்டு ராம்ஜி வேதனைகொண்டார்.

தன் பிள்ளைகள் தினம்தினம் கோணி சுமந்து பள்ளிக்குச் செல்ல வேண்டிய அவமானத்தை அவரால் தாங்கிக்கொள்ள முடியவில்லை. குழந்தைகளின் பிஞ்சு இதயங்களில் தீண்டாமையின் வேதனை தீண்டிவிடக் கூடாது என உணர்ந்த ராம்ஜி, சிறிது காலத்திலேயே தனது குடும்பத்தை சதாரா நகரத்துக்கு மாற்றிக்கொண்டார்.

சதாராவுக்கு அவர்கள் குடி பெயர்ந்ததுமே, குடும்பத்தில் இரண்டு முக்கிய நிகழ்வுகள் நடந்தேறின. ஒன்று, ராம்ஜி சக்பாலின் மனைவி பீமாபாயின் திடீர் மறைவு. ராம்ஜியால் அந்தத் துக்கத்திலிருந்து அத்தனை சுலபமாக வெளிவர முடியவில்லை.

இன்னொன்று, அதற்கு ஆறுதலான விஷயம். அது, ராம்ஜிக்குக் கிடைத்த ஸ்டோர் கீப்பர் வேலை. இனி, தனது குழந்தைகளுக்குக் கௌரவமான படிப்பைத் தர முடியும் எனும் நம்பிக்கை வந்தது. அங்கிருந்த பள்ளி ஒன்றில் ஆங்கில வகுப்பில் தனது மகனைச் சேர்த்தார் ராம்ஜி.

என்னதான் இடம் மாறினாலும் சாதி துவேஷம் அங்கும் அதிகம் இருந்தது. தனது பிள்ளைகளுக்கு இங்கும் அந்த வேதனையின் நிழல் படிந்துவிடக் கூடாது என நினைத்தார் ராம்ஜி. அவரது எண்ணத்தை தலைகீழாக மாற்றுவதற்கென்றே அன்று வந்தது ஒரு மழை!

02

சமத்துவம் என்பது சமமாக நடத்தப்படுவது அல்ல,
சம வாய்ப்புகளைப் பகிர்ந்துகொள்வது!

- *ஏங்கல்ஸ்*

காலையில் மழை 'சோ'வென கொட்டத்துவங்கியது. சதாராவின் வீதியில் பள்ளிக்குப் புறப்படும் தறுவாயில்இருந்த சிறுவர்கள் ஐந்தாறு பேர் மழையையே வேடிக்கை பார்த்துக் கொண்டு இருந்தனர். இதையே சாக்காக வைத்துக்கொண்டு இன்று எப்படியும் பள்ளிக்கு மட்டம் போட்டுவிடுவது என்பது அவர்களுடைய திட்டம். அவர்களுள் ஒருவனாக நின்ற சிறுவன் பீமின் மனதிலோ வேறு எண்ணம். என்னதான் மழை விடாமல் பெய்தாலும், இன்று எப்படியும் பள்ளிக்குச் செல்வது என அவன் முடிவெடுத்திருந்தான். இதைக் கேட்ட மற்ற சிறுவர்கள் பீமைக் கேலி செய்தனர். "உன்னால்இந்த அடைமழையில் பள்ளிக்குச் செல்ல முடியுமா?" எனச் சவால் விட்டனர். அடுத்த நொடியே, எதையும் பொருட்படுத்தாமல் பீம் தெருவில் இறங்கி நடக்கத் துவங்கினான். எப்படியெல்லாம் தனது புத்தகப் பையை ஈரம் படாமல் பாதுகாக்க முடியுமோ, அதற்கான முயற்சிகள் அனைத்தையும்

மேற்கொண்டபடி, பள்ளியை நோக்கி விறுவிறுவென நடந்துசென்றான்.

ஓரிடத்தில் மழை மிகக் கடுமையாகக் கொட்டத் துவங்க, அருகிலிருந்த வீடொன்றில் அவன் ஒதுங்கி நின்ற சமயம், வீட்டிலிருந்து வெளியே வந்த ஒரு பெண்மணி கோபத்துடன் பீமைப் பார்த்தாள். அடுத்த நொடி, பீம் தெருவில் விழுந்துகிடந்தான். தன் நெஞ்சோடு இறுக்கமாக அவன் பிடித்திருந்த புத்தகப் பையினுள் இப்போது நீர் முழுவதுமாகப் புகுந்திருந்தது. எழுந்து நின்றான். அவனுக்கு எதிரே இன்னமும் அந்தப் பெண்மணி ஆவேசத்துடன் நின்றுகொண்டு இருந்தாள். "நீ ஒரு மகார்! என்ன தைரியம் இருந்தால் இந்த வீட்டுக்குள் காலடி வைப்பாய்?" என இரைந்தாள். அந்தக் கொட்டும் மழை ஈரத்தையும் மீறி, தீண்டாமை எனும் கொடிய நெருப்பு சிறுவன் பீமின் இதயத்தை எரித்தது. தனது குழந்தைகளை எந்தப் பேய் நெருங்கிவிடக் கூடாது என கிராமத்திலிருந்து ராம்ஜி சக்பால் நகரத்துக்கு அழைத்து வந்தாரோ, அங்கேயும் அது வெவ்வேறு விதமான ரூபங்களில் தன் குழந்தைகளைப் பயமுறுத்தி வருவதைக் கண்டு அவர் மிகுந்த மன வேதனை கொண்டார். பீம் வளர்ந்து பெரியவன் ஆனான்.

ஆரம்பக் கல்விகள் முடிந்து, உயர்நிலைக் கல்வியில் சேரும் நேரமும் வந்தது. பள்ளியில் தன் மகனைச் சேர்க்கச் சென்றபோது, இம்முறை ராம்ஜி கூடுதல் கவனத்துடன் புதிய பள்ளியின் சாதியத் தொந்தரவுகளிலிருந்து மகனைப் பாதுகாக்க ஒரு புதிய உத்தியை மேற்கொண்டார். அதன்படி, பீம் எனும் அவன் பெயருக்குப் பின்னால் ஒட்டிக்கொண்டு இருக்கும் பட்டப் பெயரான சக்பாலை எடுத்துவிட்டு, பீமின் மேல் பற்று வைத்திருந்த ஆசிரியர் ஒருவரின் பெயரைச் சேர்க்க முடிவு செய்தார். அந்தப் பெயர்தான் அம்பேத்கர். இன்று இந்தியாவின் ஒவ்வொரு கடைசி மனிதனுக்கும் வாழ்வதற்கான நம்பிக்கையையும், போராடுவதற்கான வலிமையையும் ஊட்டும் பெயராக விளங்கி வரும் அந்தப் பெயர் உருவாக்கம் பெற்றது இப்படித்தான். அதுவரை பீமாராவ் சக்பால் என்று அழைக்கப்பட்ட அந்தச் சிறுவன், அன்று முதல் பீமாராவ் அம்பேத்கராக மாறினான். ராம்ஜி சக்பாலுக்கு இச்சமயத்தில் மகாராஷ்டிரத்தில் காரேகான்

எனும் இடத்தில் காசாளர் வேலை கிடைத்தது. எனவே அவர், தன் பிள்ளைகளை அவர்களின் அத்தையின் பொறுப்பில் விட்டுவிட்டு அங்கே சென்றுவிட்டார்.

விடுமுறை நாளின்போது அம்பேத்கர், அவரின் சகோதரன் மற்றும் அக்காள் மகன் ஆகிய மூவரும் தங்கள் தந்தையைச் சந்திக்கவேண்டி, காரேகானுக்கு ரயிலில் புறப்பட்டு மசூர் ரயில் நிலையத்தை அடைந்தனர். அங்கே அவர்களுக்கு ஓர் அதிர்ச்சி காத்திருந்தது. குறித்த நேரத்தில் இவர்கள் வரும் தகவல் கிடைக்காத காரணத்தாலோ என்னவோ, இவர்களை அழைத்துப்போக ரயில் நிலையத்துக்குத் தந்தை வரவில்லை. மூவரும் வாடகைக்கு ஒரு மாட்டுவண்டியைப் பிடித்து காரேகான் செல்லத் தயாராயினர். பாதித் தொலைவு சென்றிருப்பார்கள்... வண்டிக்காரனுக்கு தான் மகார் இனச் சிறுவர்களை ஏற்றிச் செல்கிறோம் என்பது தெரிய வர, சட்டென ஆத்திரப்பட்டவன் அப்படியே அந்த வண்டியைக் குடை சாய்த்து மூன்று சிறுவர்களையும் கீழே உருண்டு விழச் செய்தான். அதன் பிறகு மிகுந்த சிரமத்துக்கிடையே மூவரும் தட்டுத் தடுமாறி, ஒரு வழியாக காரேகானுக்குச் சென்று சேர்ந்தனர். இந்தச் சம்பவத்தைத் தொடர்ந்து, தாக மிகுதியால் ஒரு குளத்தில் இறங்கி நீர் குடிக்கச் சென்றபோது ஊரார் ஒன்று சேர்ந்து துரத்தி அடித்த சம்பவம், சிகை திருத்தும் நிலையத்தில் முடி பாதி வெட்டப்பட்ட நிலையில் அரைகுறையாக இறக்கிவிடப்பட்டு அவமானத்தோடு வீடு வந்து சேர்ந்து, சகோதரிகளால் மீதமுள்ள முடி திருத்தப்பட்ட சம்பவம் எனச் சிறுவயதிலேயே தீண்டாமையின் கொடுமை வெந்தணல் கொப்புளங்களாக அவர் உள்ளத்தில் நீர் கட்டி நின்றன. கல்வி ஒன்றுதான் இவை அனைத்துக்கும் தீர்வு என்பதை நன்கு உணர்ந்துகொண்ட அம்பேத்கர், முன்னிலும் தீவிரமாகப் படிப்பில் நாட்டம் செலுத்தத் துவங்கினார்.

பள்ளியில் அம்பேத்கர் தனது ஆழ்ந்த படிப்பாலும், இனிமையான சுபாவத்தாலும், எதனையும் ஆய்ந்தறிந்து வெளிப்படுத்தும் நுண்ணறிவாலும் தனித்துவமான மாணவனாக விளங்கினார். என்றாலும், சில மாணவர்கள் மற்றும் ஆசிரியர்களின் மூளையில் புற்றுநோயாக

ஒட்டிக்கொண்டு இருந்த சாதியம் எனும் வெறி, அவரை மனதளவில் பள்ளியிலிருந்து விலகியிருக்கவே செய்தது. இதனால் பள்ளிக்காலங்களில் அம்பேத்கருக்குத் தோழர்கள் என யாரும் இல்லை. ஆனால், அந்தக் குறையைப் புத்தகங்கள் போக்கின. ஒரு நல்ல நூலைக் காட்டிலும் சிறந்த நட்புவேறு எதுவாக இருந்துவிட முடியும்? சமயம் கிட்டும்போதெல்லாம் அந்த நண்பர்களுடன் தனது நேரத்தை முழுமையாகச் செலவிடுவார் அம்பேத்கர். மாலை நேரங்களில் அருகில் இருக்கும் பூங்காக்களுக்குச் சென்று, இந்த உலகத்தையும் மனிதர்களையும் வேடிக்கை பார்க்கத் துவங்குவார்.

இப்படிச் சிறு வயதிலேயே ஆழ்ந்த சிந்தனையும் தனிமையுமாகக் காணப்பட்ட அந்தச் சிறுவனை, அந்தப் பூங்காவுக்கு வழக்கமாக வரும் ஒரு நபர் நாள்தோறும் கவனிக்கத் துவங்கினார். அவர் பெயர் கிருஷ்ண அர்ச்சுன ராவ் கெலுஸ்கர். வில்சன் ஹை ஸ்கூலின் தலைமை ஆசிரியரான அவர், அப்போதே இந்தச் சிறுவனிடம் அசாத்தியமானதொரு சக்தி இருக்கிறது என்பதை உணர்ந்துகொண்டார். அந்த வருட மெட்ரிகுலேஷன் தேர்வுகளின் முடிவுகள் வெளி யானபோது, தாழ்த்தப்பட்ட

கிருஷ்ண அர்ச்சுன ராவ் கெலுஸ்கர்

மாணவர்களில் ஒருவன் முதல்முறையாக மெட்ரிக்கில் தேர்ச்சி பெற்றது மிக முக்கியமான செய்தியாக அங்கிருப்பவர்களால் பேசப்பட்டது. 'நமது சமூகத்தில் முதல்முறையாக ஒருவன் செய்திருக்கும் சாதனையை நாம் கொண்டாடவேண்டும்' என அந்த மக்கள் முடிவு செய்து, அதற்கென ஒரு விழாவை ஏற்பாடு செய்தார்கள். அந்த விழாவுக்கு அவர்கள் சிறப்பு விருந்தினராக ஒருவரை அழைத்தார்கள். அவர் கெலுஸ்கர். பூங்காவில் பார்த்து, எந்த மாணவனைப் பற்றி ஒரு நல்ல அபிப்ராயம் கொண்டிருந்தோமோ, அதே மாணவனுக்குத்தான் நாம் பரிசளிக்கப் போகிறோம் என்பதை அறிந்து, அந்த ஆசிரியருக்கு மட்டற்ற மகிழ்ச்சி!

விழாவில், சிறுவன் அம்பேத்கரை மகிழ்ச்சியும் நெகிழ்ச்சியுமாய்க் கட்டியணைத்துப் பாராட்டிய கெலுஸ்கர், அவனது உள்ளத்து உறுதியைக் கண்டு, ஒரு புத்தகத்தைப் பரிசாக அளித்தார்.

பின்னாளில் அந்தப் புத்தகம்தான் அம்பேத்கரின் வாழ்க்கையையே தலைகீழான மாறுதலுக்கு உள்ளாக்கப்போகிறது என்பதை அவர்கள் இருவருமே அப்போது அறிந்திருக்க இயலாது!

|03|

ஜெய் பீம் என்றால் ஒளி,
ஜெய் பீம் என்றால் அன்பு,
ஜெய் பீம் என்றால் இருளிலிருந்து
வெளிச்சத்தை நோக்கிய பயணம்,
ஜெய் பீம் என்றால் பல கோடி மக்களின் கண்ணீர்த் துளி!

- *விலாஸ் பி டிலாரெ (மராத்திய கவி)*

கிளை பிரிந்து செல்லும் ஆறு, வறண்ட நிலங்களைத் தேடி அலைந்து, இறுதியில் வீணே கடலில் கலக்கிறது. ஆனால், அம்பேத்கர் எனும் மூல ஆறு, தன் பயணத்தின் துவக்கத்திலேயே ஒடுக்கப்பட்டவர்களுக் கான பயணமாகத் தன் பாதையைத் தீர்மானித்துக் கொண்டு, அதிலிருந்து இம்மியளவும் விலகாமல் இறுதி வரை பயணித்தது. அந்த நெடிய பயணத்தின் முதல் புள்ளிதான் அன்று விழாவில் கெலுஸ்கர் அவருக்குப் பரிசாகத் தந்தபுத்தகம். அந்தப் புத்தகத்தின் பெயர் 'கௌதம புத்தரின் வாழ்க்கை வரலாறு'. அனைத்து உயிர்களுக்கும் அன்பையும் அமைதியையும் இன்பத்தையும் நல்கும் வாழ்க்கைநெறியான புத்தரது போதனைகள் அம்பேத்கரது உள்ளத்தில் புது வெளிச்சம் பாய்ச்சின. தன்னைச் சூழ்ந்து அழுத்தியிருக்கும் சாதியம் எனும் கற்பாறைகளை

அடித்து நொறுக்க, அறிவு ஒன்றுதான் தன் கையில் இருக்கும் ஒரே ஆயுதம் என்பதை அம்பேத்கர் அந்த விழா மேடையில் உணர்ந்தார். இத்தனைக்கும் அவர் அந்த மெட்ரிகுலேஷன் தேர்வில் வெற்றி பெற்றது 750க்கு 282 எனும் மிகக் குறைந்த மதிப்பெண்களில்தான். ஆனால், அன்று வரை வேறு எவரும் மகர் இனத்தில் இந்தத் தேர்வை எழுதி வெற்றி பெற்றிருக்கவில்லை.

உயிருக்காகப் போராடிக்கொண்டு இருக்கும் பெரும் கூட்டத்தினரின் நெருக்கடிகளில் இருந்து தப்பித்திருப்பது தான் ஒருவர் மட்டுமே என்பதை உணர்ந்தார் அம்பேத்கர். துன்பத்திலும் துயரிலுமாக இந்தியா முழுக்க உழலும் எத்தனையோ கோடி தாழ்த்தப்பட்ட மக்களுக்கு தான் ஒரு ஏணியாக மாறி, அவர்களையும் தன்னைப் போல மாற்ற முடியுமா எனக் கனவு கண்டார். அவருக்குள் அந்தக் கனவு ஒரு பொறியாகக் கனன்றது. தான் இன்னும் பல உயர்ந்த படிப்புகளை படித்து, சமூகத்தில் உயர்ந்த நிலையை அடைந்தால் மட்டுமே அந்தக் கனவை நனவாக்க இயலும் என அவரது உள்ளம் அறிவுறுத்தியது. பாய்மரக் கப்பல் கிழக்குத்திசையில் பயணிக்கும்போது கடல் காற்று மேற்கு நோக்கி அடித்து அதனைத் திசைதிருப்புவதுபோல, அவரது எண்ணங்களுக்கு மாறாக ஒரு திடீர்ச் சம்பவம் அவரது வாழ்வில் நிகழ்ந்தது. அது அவரின் திருமணம்.

உண்மையில், அம்பேத்கர் தன் தந்தையிடம் இப்போது திருமணம் வேண்டாம் என எவ்வளவோ மன்றாடிப் பார்த்தார். ஆனாலும், ஒரு சம்பந்தத்தை அவரது தந்தையார் பேசி முடித்துவிட, அம்பேத்கர் மறுத்து விட்டார். பஞ்சாயத்து அவருக்கு ஐந்து ரூபாய் அபராதம் விதித்ததோடு, அந்தப் பெண்ணை அவர் திருமணம் செய்துகொண்டே ஆக வேண்டும் எனத் தீர்ப்புச் சொன்னது. அப்போது அம்பேத்கருக்கு வயது பதினாறுதான். மணப் பெண்ணோ ஒன்பதே வயதான சிறுமி. பெயர் ரமாபாய். டபோலியில் ஒரு சுமை தூக்கும் கூலியின் இரண்டாவது மகள். பம்பாய் பைகுல்லா மார்க்கெட்டில் ஒரு திறந்தவெளி அங்காடியில், சந்தடிகள் ஓய்ந்த இரவு நேரத்தில் கரிய வானும் நட்சத்திரங்களும் உடன் சில நண்பர்கள், உறவினர்கள் சாட்சியாக எளிமையான அவர்களின் திருமணம் நிகழ்ந்தது.

கருக்கலில் மீன் விற்கும் பெண்கள் அங்கு வருவதற்குள் மொத்தக் கூட்டமும் கலைந்து சென்றது. சாயாஜிராவ் கெய்க்வாட். பரோடாவை ஆண்டுகொண்டு இருந்த சிற்றரசர். கெலுஸ்கர்தான் அவரைப் பற்றி முதன்முதலாக அம்பேத்கரின் தந்தையிடம் எடுத்துக் கூறி, "அந்த மன்னர் யாராவது ஒரு தாழ்த்தப்பட்ட மாணவனுக்குரிய கல்விக்கான முழுத்தொகையையும் செலவு செய்யச் சித்தமாக இருக்கிறார். நாம் ஏன் அம்பேத்கரின் கல்லூரிப் படிப்புகாக அவரிடம் உதவிகேட்கக் கூடாது?" என்றார்.

கெலுஸ்கரின் இந்தக் கேள்வி அடுத்த சில நாட்களிலேயே அம்பேத்கரையும் அவரது தந்தையையும் பரோடா அரண்மனையில், மன்னர் சாயாஜி முன் கொண்டு நிறுத்தியது. அம்பேத்கரின் புத்திசாலித்தனத்தைச் சில கேள்விகளின் மூலம் அறிந்து கொண்ட மன்னர், மாதா மாதம் 25 ரூபாய் உதவித்தொகை தருவதாக உத்தரவாதம் அளித்தார். பம்பாய் எல்பின்ஸ்டன் கல்லூரி, அம்பேத்கரின் வரவால் சற்றுப் பரபரப்படைந்தது. தன்னைக் கண்டதும் விலகிச் செல்லும் சில உயர்சாதி மாணவர்களைக்கண்டு உள்ளூர நகைத்தார் அம்பேத்கர். கண்ணிருந்தும் குருடர்களாகத் தடுமாறும் அவர்களை அவரது அறிவின் வெளிச்சம் அலட்சியப்படுத்தி அப்பால் தள்ளியது. கல்லூரியில் முல்லர் போன்ற ஆசிரியர்கள் அவரது அறிவின் ஆழத்தைக் கண்டு, அவருக்கு அவ்வப்போது அத்தியாவசியமான உதவிகளைச் செய்து, தங்களது பெயரை வரலாற்றில் இணைத்துக்கொண்டனர். அம்பேத்கரின் தந்தையான ராம்ஜிசக்பால் தன் மகனுக்காக பம்பாய் பரேலில் இரண்டு அறைகளைக்கொண்ட புதிய வீட்டுக்கு குடிபுகுந்தார். அவற்றில் ஒரு அறை படிப்பதற்கென்றே பிரத்யேகமாக ஒதுக்கப்பட்டது. மகன் இரவு வெகு நேரம் கண்விழித்துப் படித்துக்கொண்டு இருப்பதை வெளியில் இருட்டில் அமர்ந்து, ஜன்னலின் வெளிச்சத்தை பார்த்தபடியே ராம்ஜியும் பூரிப்புடன் கண்விழித்திருப்பார். அம்பேத்கரின் உழைப்பின் பலனாக 1912ல் பி.ஏ., பட்டம், அவரது தலையை அலங்கரித்தது.

மனைவி ராமாபாயுடன் அம்பேத்கர்

படிப்பு முடிந்த பின், மன்னருக்குக் கொடுத்த வாக்கின்படி அம்பேத்கர் அரண்மனையில் வேலை செய்தாக வேண்டும். ஆனால், தந்தையார் ராம்ஜி சக்பாலுக்கோ தன் மகன் மேலும் உயர் படிப்புகள் படித்து, அனைவரும் வியக்கத்தக்க உன்னத நிலைக்கு வர வேண்டும் என்பது பிடிவாதமான அவா. ஆனால், அம்பேத்கரோ கொடுத்த வாக்கைக் காப்பாற்றுவதுதான் கற்ற கல்விக்கு அழகு என்பதில் தீவிரமாக இருந்தார். படைப் பிரிவில் லெப்டி னென்ட்பதவி அவருக்காகவே காத்திருந்தது. தன் மகன் இத்தனைப் படித்தும், மீண்டும் தன்னைப் போலவே மன்னனுக்கு சேவகம் செய்யப் போய்விட்டானே எனும் கவலை ராம்ஜி சக்பாலை உருக்குலைக்கத் தொடங்கியது. வேலைக்குச் சேர்ந்து சரியாகப் பதினைந்தே நாளில், அம்பேத்கருக்கு ஒரு தந்தி வந்தது. அடுத்த நாள் காலையில், கட்டிலில் படுத்திருந்த அந்த வயதானவரின் மெல்லிய கரங்கள் நடுங்கியபடி அம்பேத்கரின் முதுகை வாஞ்சையோடு தடவிக்கொடுத்தன. சுற்றியிருந்த உறவினர்களின் கேவல்களும் அழுகை ஒலிகளும் ஒரு கட்டத்தில் வெடித்துப்பீறிட, நொடியில் சடலமாகிப்போன தன் தந்தையின் உடலைப் பார்த்து

அம்பேத்கர் கதறியழுதார். அந்த வெற்றுடம்புக்கு இப்போது மகனை உயர்ந்த படிப்பு படிக்க வைக்க வேண்டும் என்ற ஆசை ஏதும் இல்லை. அம்பேத்கருக்குள் அது இடம் மாறியிருந்தது. ஒரு மகனாகத் தந்தைக்கு நிறைவேற்ற வேண்டிய கடமைகள் அனைத்தையும் முடித்ததும், இனி அரண்மனைக்குத் திரும்புவ தில்லை என அம்பேத்கர் ஒரு தெளிவான முடிவுக்கு வந்திருந்தார். தந்தையின் கனவு என்பது ஒரு காரணம்தான் என்றாலும், அரண்மனையில் இதர சாதியினர் காட்டும் சாதிய வேறுபாடுகளும் அதற்கு முக்கியக் காரணமாக இருந்தது.

இந்நிலையில், அடுத்து என்ன செய்வது எனக் குழம்பிய நிலையில் அம்பேத்கர் தன் எதிர்காலத்தின் இருண்ட வாசலில் நின்றுகொண்டு இருந்தபோது, தூரத்து வெளிச்சப் புள்ளியாய் ஒரு தகவல் வந்தது. அமெரிக்காவின் கொலம்பியா பல்கலைக் கழகத்தில் மேற்படிப்பு படிக்க விரும்பும் மாணவர்களைத் தன் சொந்த செலவில் படிக்கவைக்கப்போவதாக பரோடா மன்னர் விடுத்திருந்த அழைப்பு அது. எந்த அரண்மனைக்குள் செல்ல வேண்டாம் என முடிவெடுத்திருந்தாரோ, அதே அரண்மனைக்கு தன் கல்வியின் நிமித்தமாகவும் தன் தந்தையின் கனவு நிமித்தமாகவும் மீண்டும் உதவி கேட்டு விண்ணப்பித்தார் அம்பேத்கர். மூன்று முத்துக்களை பரோடா அரண்மனை தேர்வு செய்தது. அவர்களில் ஒருவராக அம்பேத்கர் மீண்டும் அரசரின் முன் நின்றார். கல்வி முடிந்ததும், பத்தாண்டுக் காலம் அரண்மனைச் சேவகம் எனும் ஒப்பந்தத்துக்கு ஒப்புதல் கையெழுத்திட்டார்.

1913 ஜூலை மாதத்தின் மூன்றாவது வாரத்தின் ஒரு காலை நேரம்... நியூயார்க் நகரம் எப்போதும் போல் காபியைச் சுவைத்தபடி பரபரப்பாகத் தன் நாளை ஒரு புதிய இளைஞனுடன் கைகுலுக்கித் துவக்கிக்கொண்டது. அம்பேத்கருக்குள் இனம்புரியாத மன எழுச்சி. என்னவென்றே விவரிக்கத் தெரியாத உற்சாகம்! காரணம்...

|04|

அறிவற்றவர்களை அதிகாரத்துக்குள்ளாக்குவது உண்மையான அறிவின் செயல்பாடல்ல. மாறாக, மற்றவர்களையும் அறிவாளியாக மாற்றுவதுதான்!

- கார்ல் மார்க்ஸ்

அம்பேத்கருக்குள் புது கிளர்ச்சியை உண்டாக்கியது அமெரிக்காவின் நியூயார்க் நகரம். காரணம், இங்கே அவர் மகர் இல்லை. சாலையில் எதிரே அவரைக் கடந்து செல்பவரிடம் 'இவன் என்ன சாதியாக இருப்பான்' என்கிற சந்தேகப் பார்வைகள் இல்லை. முகச் சுளிப்புகள் இல்லை. விலகி நடந்து, சக மனிதனை அற்பப் பிராணி போன்று நடத்தும் அசிங்கங்கள் இல்லை. இதனாலேயே அவரது நெஞ்சு நிமிர்ந்தது. நடையிலும் மனதிலும் உற்சாகம் பிறந்தது. கைகள் சற்று அகலமாகவே நகரத்தின் வீதிகளை வீசி அளந்தன. என்றாலும், தனது தாய்நாடான இந்திய மண்ணில் இந்த அக சுதந்திரத்தைத் தன்னால் பூரணமாக அனுபவிக்க முடியவில்லையே எனும் ஏக்கம் ஒரு புண்ணாக அவரது நினைவில் வலி ஏற்படுத்திக்கொண்டு இருந்தது. இந்தக் குறைகளிலிருந்து தன் தேசத்தையும் தன் மக்களையும் விடுவிப்பதுதான் எதிர்காலத்தில் தான் செய்யவேண்டிய மிக முக்கியமான காரியம்

என்பதை அச்சமயத்தில் முழுமையாக உணர்ந்தார் அம்பேத்கர்.

22 வயதில் விரும்பி தன் முதுகில் ஏற்றிக்கொண்ட இந்தச் சுமையுடன், அம்பேத்கர் கொலம்பிய பல்கலைக்கழகத்தினுள் அடியெடுத்து வைத்தார். கல்லூரிப் பருவத்துக்கே உண்டான சக மாணவர்களின் கேளிக்கைகளைக் கண்டும் காணாதவராக விலகி நடந்தார். வராந்தாக்களில் அவர்கள் விடுக்கும் உற்சாகக் கூக்குரல்கள், எங்கோ கிணற்றுக்குள்ளிருந்து ஒலிப்பது போலத்தான் இவருக்குக் கேட்டது. அந்த அளவுக்கு வேறு எது பற்றிய சிந்தனையுமே இல்லாதவராக, எந்நேரமும் கல்வி ஒரு காந்தம் போல இழுத்துக்கொண்டு இருந்தது. இதனாலேயே அவரது கால்கள் கல்லூரிக்கும் அவர் தங்கியிருந்த காஸ்மோபாலிட்டன் கிளப்புக்கும் இடைப்பட்ட தூரத்தை மட்டுமே அளந்துகொண்டு இருந்தன. அமெரிக்கர்களின் நடை, உடை, பாவனை, பழக்கவழக்கங்கள் அம்பேத்கரைக் கவர்ந்தன. குறித்த நேரத்தில் உணவு மேசைக்கு வரும் ஒழுங்கு, சிந்தாமல் சிதறாமல் உணவு அருந்தும் பாங்கு, அணியும் உடைகளின் நேர்த்தி, தன்னையும் இழக்காமல் பிறரையும் மதிக்கும் அவர்களது பண்பு போன்ற குணங்களை மெள்ள மெள்ள அவர் தனதாக மாற்றிக்கொண்டார். இரண்டு ரொட்டித் துண்டு, ஒரு மீன் துண்டு, ஒரு குவளை காபி... இவ்வளவுதான் அங்கு அவர் மேற்கொண்ட உணவு முறை. இதற்கே ஒரு நாளைக்கு ஒரு டாலரும் பத்து சென்ட்டும் அவர் செலவு செய்ய வேண்டியிருந்தது. அவருக்கு அளிக்கப்பட்ட உதவித்தொகையில் பாதிப் பணம் இதற்கே செலவழிந்ததால், சில சமயம் உணவு விடுதிக்குள் நுழையாமலே கடந்துசென்றுவிடுவார்.

1915ல், கொலம்பிய பல்கலைக்கழகத்தில் எம்.ஏ., பட்டம் வென்ற அம்பேத்கர், அடுத்த ஆண்டிலேயே 'இந்தியாவில் சாதியம்' மற்றும் 'பண்டைய இந்தியாவில் வாணிபம்' என்னும் தலைப்புகளில் ஆய்வுக் கட்டுரைகளைச் சமர்ப்பித்து, டாக்டர் பட்டங்களைத் தன் பெயரின் அடைமொழியாக இழுத்துக்கொண்டார். அமெரிக்காவில் ஒருவழியாக அவர் வந்த காரியம் பூர்த்தியானது என்றாலும், தான் காண விரும்பும் லட்சிய உலகுக் கான போராட்டத்துக்கு இந்தப்

படிப்பெல்லாம் போதாது என உணர்ந்தார். அறிவுத் தேடல் நெருப் பெனக் கொழுந்துவிட்டு எரிய, அடுத்து லண்டனுக்குப் பயணமானார். லண்டன் நகரத்தின் 'கிரேஸ் இன்' சட்டக் கல்லூரி, பொருளாதாரம் படிக்க அவரை அனுமதித்துக்கொண்டது. 'என்னதான் ஒருவனுக்கு அறிவு நெருப்பு இத்தனை பிரகாசமாக எரிந்தாலும், இப்படியா வெறியுடன் நாடு நாடாக அலைவது' என, அதுவரை அம்பேத்கரின் கல்விக்கு உதவிய மன்னர் சாயாஜி ராவ் கெய்க்வாட்டுக்குத் தோன்றியதோ என்னவோ... 'இனி என்னால் தம்பிடி காசுகூடச் செலவு செய்ய முடியாது' எனக் கையை விரித்துவிட்டார். அதோடு மட்டுமின்றி, இது வரை படிக்க வைத்த செலவுக்குப் பிரதியாக உடனே அம்பேத்கர் அரண்மனை வந்து சேவகம் செய்ய வேண்டும் எனும் கண்டிப்பான உத்தரவு வேறு! பட்டம் பாதியில் அறுந்து தொங்கியது. அம்பேத்கரின் மனச்சோர்வைப் புரிந்துகொண்ட 'கிரேஸ் இன்' கல்லூரி நிர்வாகம், 'எப்போது வேண்டுமானாலும் நீங்கள் இங்கே வந்து உங்களின் படிப்பைத் தொடரலாம்' என அனுமதி வழங்கி விடை கொடுக்க, அம்பேத்கர் அரை மனதோடு பெட்டி படுக்கைகளை மூட்டை கட்டிக்கொண்டு ஊருக்குப் புறப்படத் தயாரானார்.

1917 ஜூலையில், மார்ஷல் துறைமுகத்திலிருந்து புறப்பட்ட எஸ்.எஸ்.கெய்ஸர் எனும் கப்பல், அம்பேத்கரை சமாதானம் செய்யும் விதமாகக் கூவியபடி, இந்தியா நோக்கிப் புறப்பட்டது. இந்தியா திரும்பியதும், அம்பேத்கரின் புகழ் பம்பாய் மாகாணத்தில் சரசரவெனப் பற்றிப் பரவத் தொடங்கியது. அமெரிக்கா சென்று படிப்பது என்பது, இந்தியாவில் அன்றைக்குச் சாதாரண காரியமல்ல. வசதிமிக்க உயர் சாதியினருக்கேகூட அன்றைய நிலையில் ஆகாத காரியம் அது. இச்சூழலில், மகர் இனத்தைச் சேர்ந்த ஒரு மாணவன் அமெரிக்கா சென்று டாக்டர் பட்டம் பெற்றுத் திரும்பியது, பலரையும் பிரமிப்பில் ஆழ்த்தியது. கண்டிப்பாக இதற்கு விழா எடுத்தே தீர வேண்டும் எனஅனைவரும் விரும்பினர். மாகாண முதன்மை நீதிபதி தலைமையில் பாராட்டு விழாவும் சிறப்பாக நடந்தேறியது. விழா முடிந்த பின், பெரும் கூட்டம் வீடு தேடி வந்து முற்றுகையிட்டுப் பாராட்டைக் குவித்தது. ஆனால், அத்தனைப் பாராட்டுக்களும் ஒரே வாரத்தில் அம்பேத்கரின் கண்முன் சரிந்து விழுந்தன. படிப்பு எப்படியும் தன் கௌரவத்தையும் அந்தஸ்தையும் உயர்த்திவிடும் என நினைத்திருந்த அம்பேத்கரின் எண்ணத்தில் மண்அள்ளிப் போடுவதற்கென்றே பரோடா அரண்மனையில் காத்திருந்தனர் சாதி வெறியர்கள் சிலர். ஆனால், இது தெரியாத பரோடா மன்னரோ, அம்பேத்கரின் உயர்ந்த படிப்பைக் கௌரவப்படுத்தும் வகையில் ராணுவச் செயலாளராக நியமித்துப் பத்தாண்டுகள் பணிபுரியுமாறு கனிவான கட்டளை விடுத்திருந்தார்.

துவக்கத்தில் அம்பேத்கரும் அந்தப் பதவியை உவப்புடன் ஏற்றுக்கொண்டு, அதற்கான வேலைகளில் மூழ்கினார். ஆனால், அரண்மனையே அவரைக் கண்டதும் ஓடி ஒளிய ஆரம்பித்தது. ஒரு நாள் தனக்குச் சேவகம் செய்ய நியமிக்கப்பட்ட ஒரு கடைநிலை ஊழியனிடம் அம்பேத்கர் தண்ணீர் கொணருமாறு சொன்னார். வெகு நேரம் அந்தப் பணியாளன் சிலை போல நின்றுவிட்டு, பின்பு தயங்கித் தயங்கி அவரையே எடுத்துக் குடித்துக்கொள்ளுமாறு கேட்டுக்கொண்டான். படிப்பறிவு இல்லாத அந்தப் பாமரனிடம் இருந்த சாதிவெறியை நினைத்து வருந்தியபடியே,

அம்பேத்கர் அருகில் இருந்த பாத்திரத்திலிருந்து தண்ணீர் எடுக்கப் போக, சட்டென அங்கு வந்த இன்னொரு பணிப் பெண்பதற்றத்துடன், அம்பேத்கருக்கெனப் பிரத்யேகமாக வேறொரு பானை வைத்திருப்பதாகவும், அதிலிருந்து தண்ணீர் எடுத்துப் பருகுமாறும் கூறினாள். சாதி வெறி எந்த அளவுக்கு ஒரு நோயாக அவர்களுள் ஊறிப்போயிருக்கிறது என்பதை அறிந்து அம்பேத்கர் அடைந்த துயரத்துக்கு அளவில்லை. கூடவே, இந்த நோயிலிருந்து இவர்களை மீட்டாக வேண்டுமே என்கிற கவலையும் சேர்ந்து, அம்பேத்கரின் மனதில் தாங்க முடியாத பாரத்தை ஏற்றிவிட்டது. இந்த வேதனையுடன், தான் தங்கியிருந்த விடுதிக்குச் சென்றார்.

அங்கோ இதை எல்லாம்விடப் பெரும் வேதனை காத்திருந்தது. சற்றுத் தொலைவிலேயே பார்த்துவிட்டார்... விடுதிக்கு வெளியே பத்துப் பதினைந்து பேர் கைகளில் தடியோடு, கண்களில் வெறியோடு காத்திருந்தனர்...

●

|05|

தலைமுறை தலைமுறையாகப் பின்பற்றி வரப்படும் பழக்கம் என்பதற்காகவோ, நமது முன்னோர்கள் சொல்லிவைத்து விட்டார்கள் என்பதற்காகவோ எந்த ஒரு கருத்தையும் நாம் சிந்தித்துத் தெளிவு பெறாமல் ஏற்றுக்கொள்ளக் கூடாது!

- புத்தர்

வெற்றுடம்பில் விழும் சாட்டையடிகள் வெறும் வலிகளோடு மறைகின்றன. அதுவே, நெஞ்சில் விழும் வார்த்தை அடிகள் எதிர்காலத்தைத் தீர்மானிக்கும் ஏணிப்படிகளாக மாறுகின்றன. அம்பேத்கரின் வாழ்வில், அன்று இரவு பார்சி பயணியர் விடுதியில் ஏற்பட்ட அனுபவம் அத்தகைய ஏணிப்படிகளில் ஒன்று! பார்சிகளுக்கு மட்டுமான அந்தப் பயணியர் விடுதியில் அம்பேத்கர் தங்க நேர்ந்ததே ஒரு வேதனையான துர்ச்சம்பவம். அம்பேத்கருக்கு பரோடா அரண்மனையில் வேலை கிடைத்ததே தவிர, தங்குவதற்கு இடமின்றி தெருத் தெருவாக அலைந்தார். தாழ்த்தப்பட்டவர் என்னும் ஒரே காரணத்துக்காக விடுதிகள் அனைத்தும் அவரை உள்ளே விடாமல் விரட்டியடித்த நெருக்கடியான சூழலில்தான், பார்சிகளுக்கான இந்த விடுதி பற்றி அம்பேத்கர் கேள்விப்பட்டார். பார்சிகள் பின்பற்றும் ஜொராஷ்டிர மதத்தில் சாதிகள் இல்லை;

அதனால், அவர்கள் தன்னை வெளியேற்ற மாட்டார்கள் என்ற நம்பிக்கையோடு அங்கே சென்ற அம்பேத்கருக்குப் பின்னர்தான் தெரிந்தது, அங்கும் சாதி விஷம் தலையில் ஏறியிருக்கும் விவரம். தொடக்கத்தில் இடம் தர மறுத்த விடுதிப் பணியாளர், பின்பு அம்பேத்கரின் நிலை அறிந்து மனமிரங்கி, ஒரு சமரசத்துக்கு வந்தார். யாராவது கேட்டால் பார்சி இனத்தவன் என்று தன்னைச் சொல்லிக்கொள் ளும்படி அவரை அறிவுறுத்தி, அப்படியே குறிப்பேட்டிலும் பதிவு செய்துகொண்டு, அங்கே தங்க இடம் தந்தார். வேறு வழியே இல்லாத காரணத்தால், தன் மனசாட்சிக்கு தானே ஒரு முகமூடி அணிந்துகொண்டு அந்த விடுதியில் குடியேறினார் அம்பேத்கர். எங்கே யாருடனாவது பேசினால், தான் பார்சி இனத்தவன் இல்லை எனத் தெரிந்துவிடுமோ என்று பயந்து, யாரும் விழிப்பதற்கு முன்பே வெளியேறி, அனைவரும் உறங்கிய பின்பு விடுதிக்குத் திரும்புவதை வழக்கமாகக் கொண்டார்.

ஒருபுறம், அரண்மனையில் தனக்குக் கீழ் பணிபுரியும்படிப் பறிவற்ற ஊழியர்களின் அவ மரியாதை; இன்னொருபுறம், எந்த நிமிடம் தான் யார் எனத் தெரிந்து, விடுதியிலிருந்து வெளியேற்றிவிடுவார்களோ எனும் பயம்...! இப்படியாக ஒவ்வொரு நாளும், ஒவ்வொரு நிமிடமும் தணலில் இட்ட புழுவாக வெந்து துடித்தார் அம்பேத்கர். லண்டன், அமெரிக்கா என வெளிநாடுகளுக்குச் சென்று எவ்வளவோ உயர்ந்த படிப்பு படித்தும், இந்தியா தன்னை இப்படி விலங்கினும் கீழாக மதித்து அவமானப்படுத்து கிறதே எனும் வேதனை ஒவ்வொரு நாளும் அவரை அரித்துத் தின்றது. அன்றைய பொழுது அம்பேத்கருக்கு மோசமான நாளாக விடிந்தது. அவர் அங்கு வந்து தங்கி அன்றோடு பதினோராவதுநாள். எந்தத் தகவல், விடுதிக்காரர்களுக்குத் தெரியக் கூடாது என்று பயந்திருந்தாரோ, அந்தத் தகவல் எப்படியோ கசிந்துவிட, அனைவரும் கொதித்தெழுந்து கைகளில் கழி, கம்புகள் ஏந்தி, ‘இன்று அம்பேத்கரை இரண்டில் ஒன்று பார்த்துவிடுவது’ எனும் முடிவோடு ஒன்று திரண்டனர் “[illegible] எவ்வளவு துணிச்சல் இருந்தால் பார்சி என சொல்லிக்கொண்டு இங்கே நுழைந்திருப்பாய்! அயோக்கியனே... உன்னை யார் உள்ளே விட்டது? இந்த நிமிஷமே உன் பெட்டி

படுக்கைகளை எடுத்துக்கொண்டு இங்கிருந்து ஓடிப் போ! இல்லாவிட்டால் உன்னையும் உன் பொருள்களையும் தூக்கித் தெருவில் எறிவோம்!" அவர்களின் கண்களில் கன லாகத் தகித்துக்கொண்டிருப்பது அந்த நிமிடத்திய கோபம் அல்ல; ஆண்டாண்டு காலமாக மதவாதிகளால் நெய் ஊற்றி வளர்க்கப்பட்ட சாதி எனும் நெருப்பின் சுடர் என்பதைப்

புரிந்துகொண்ட அம்பேத்கர், அவர்களோடு விவாதிக்கவோ சண்டையிடவோ விரும்பாதவராக, அன்று இரவே அங்கிருந்து காலிசெய்துவிடுவதாக ஒப்புக்கொண்டார்.

நாள் முழுக்க தங்குவதற்கு இடம் தேடி அலைந்தார். பரோடாவில் இருந்த தன் நண்பரின் வீட்டுக்குச் சென்று, அவரிடம் தன் நிலைமையைச் சொன்னார். "நீ இங்கு வந்தால் என் வேலையாட்கள் வேலையைவிட்டுப் போய்விடுவார்கள். தயவு செய்து வேறு இடம் பார்த்துக்கொள்!" என்று கூறி, அம்பேத்கரை நுழையவே விடாமல் கதவை அடைத்துக்கொண்டார் அந்த மெத்தப் படித்த பண்பாளர்(!). 'இனி, பரோடாவில் வேலை செய்ய முடியாது. காலை ரயிலில் பேசாமல் ஊருக்கு வண்டி ஏறி விட வேண்டியதுதான்!' என முடிவெடுத்த அம்பேத்கருக்கு, அந்த நட்ட நடு இரவில் அடுத்து எங்கே சென்று அந்த இரவைக் கழிப்பது என்று தெரியவில்லை. வேறு வழியில்லாமல் அங்கிருந்த 'கமோதி பாக்' பொது பூங்காவில் நுழைந்தார். இரவுகளில் தினமும் ஆடு மாடுகளுக்கும், நன்றியுள்ள சில பிராணிகளுக்கும், போக் கிடமற்ற பிச்சைக்காரர்களுக்கும் மட்டுமே உறங்க இடம் தந்து கொண்டு இருந்த அந்தப் பூங்கா, இந்தச் சமூகத்தால் குத்திக் குத்திப் புண்ணாகிப்போன இதயத்துடன் நுழைந்த அம்பேத்கரையும் அரவணைத்துக் கொண்டது.

மறுநாள், அதிகாலையிலேயே விடுதியிலிருந்து தன் பெட்டி படுக்கைகளை எடுத்துக்கொண்டு கிளம்பிவிட்டார் அம்பேத்கர். அவரது கால்கள் நிதானமாக ரயில் நிலையத்தை நோக்கி நடந்தன. கைகளில் தொங்கிக்கொண்டு இருந்த பெட்டியை விட, மனது அதிகமாக கனத்தது. இனி, தன் வாழ்க்கை தனக்கானதல்ல, தன் மக்களுக்கானது எனும் உறுதியானதொரு முடிவை மேற்கொண்டார். எதிர்காலம் அவரை நல்ல முறையில் வரவேற்கத் தயாராக காத்திருப்பதாக, தொலைவில் ரயில் கூவி சமிக்ஞை செய்தது.

1920, நவம்பர். லண்டன் துறைமுகத்தில் ஒதுங்கி நின்ற கப்பலிலிருந்து இறங்கினார் அம்பேத்கர். லண்டன்

கிரேஸ்கல்லூரியில் முன்பு பாதியில் விட்ட படிப்பை தொடரப்போகும் உற்சாகம், அவரது முகத்தை வசீகர மாக்கியிருந்தது. இடைப்பட்ட நாளில், காலம் சில துரிதமான மாறுதல்களை அவரது வாழ்க்கைக்கு நல்கியிருந்தது. அவமானத்துடன் பரோடாவிலிருந்து மீண்டும் பம்பாய் திரும்பிய அம்பேத்கர், அங்கிருந்த சைடன் ஹாம் கல்லூரியில் பேராசிரியராக பணியில் சேர்ந்தார். ஒவ்வொருநாளும், பார்சிகள் தன் முன் கழி, கம்புகளை ஆட்டி மிரட்டிய சம்பவம் அவரது நெஞ்சில் நிழலாடிக்கொண்டு இருந்தது. தனக்கு நேர்ந்த இந்தக் கதி, தாழ்த்தப்பட்டவர் எவருக்கும் இனி ஏற்ப டாத வண்ணம், அவர்களிடத்தில் முதலில் விழிப்பு உணர்வையும், எதிர்த்துப் போராடும் துணிச்சலையும் ஏற்படுத்த வேண்டும் என

உறுதிபூண்டார். தீண்டத்தகாதவர்கள் எனக் கருதப்பட்டவர்களின் இருப்பிடங்களுக்குத் தானே நேரடியாகச் சென்று, அந்த மக்களுக்கு தன்னால் ஆன உதவிகளைச் செய்தார். அம்பேத்கரின் வரவு, அதுவரை தூங்கிக் கிடந்த பல்வேறு மகர் அமைப்புகளுக்குப் புது ரத்தம் பாய்ச்சியது. இந்தத் தகவல்கள் ஹாப்பூரின் சிற்றரசரான சாகு மன்னருக்குத் தெரிய வந்தது. தாழ்த்தப்பட்டவர்களின் முன்னேற்றத்தில் அக்கறை கொண்டு இருந்த சாகு மன்னர், அம்பேத்கரைச் சந்திக்க விருப்பம் கொண்டார். இருவரது சந்திப்பின் விளைவாக, அடுத்த சில நாட்களில் புதிதாக ஒரு பத்திரிகை வெளியானது. அதில் வெளியான கட்டுரைகள், அம்பேத்கர் யார் என வெளியுலகுக்கு அடையாளம் காட்டின. அம்பேத்கரின் புகழ் மெள்ள மெள்ள பம்பாய் மாகாணத்தில் பரவத்தொடங்கியது.

1921ல் மான்கோன் எனும் இடத்தில் நடைபெற்ற தீண்டப்படாதோர் மாநாட்டுக்கு அம்பேத்கர் தலைவராக அறிவிக்கப்பட்டார். 'அம்பேத்கர் உருவில் ஒரு மீட்பரைக் கண்டடைந்துள்ளீர்கள்' என சாகு மகாராஜா அந்த மாநாட்டில் வெளிப்படையாக அறிவித்தார். தொடர்ந்து, நாகபுரியில் நடைபெற்ற மாநாட்டில், அம்பேத்கரின் அறிவாற்றலையும் நுணுக்கமான அணுகு முறையையும் கண்டு வியந்த சாகு மகாராஜா, அம்பேத்கரின் அறிவுக்கூர்மைதான் தாழ்த்தப்பட்ட மக்களின் பாதுகாப்பு

அரணாக எதிர்காலத்தில் விளங்கப்போகிறது என்பதை உணர்ந்தார். பாதியில் நின்ற பொருளாதார படிப்பு பூர்த்தியானால், அது அம்பேத்கருக்கும் மகர் இனத் தவருக்கும் மட்டுமல்ல, எதிர்கால இந்தியாவுக்கே பயனளிக்கக் கூடியதாக இருக்கும் என சாகு மகாராஜா அன்று எடுத்த முடிவுதான், மீண்டும் அம்பேத்கரை லண்டன் கிரேஸ் இன் சட்டக் கல்லூரிக்குள் படிப்பைத் தொடர அனுமதித்தது.

ஆனால், முன்புபோல அம்பேத்கரால் இம்முறை நிம்மதியாகப் படிப்பைத் தொடர முடியவில்லை. அவரின் கவனம் எல்லாம் இந்தியாவைச் சுற்றியே சுழன்றுகொண்டு இருந்தன. அந்தச் சமயத்தில்தான், இந்தியப் பத்திரிகைகளில் ஒரு பெயர் திரும்பத் திரும்ப அடிபடுவதை அம்பேத்கர் கவனித்தார்.

அந்தப் பெயர்...

|06|

மனதைப் பண்படுத்தவும், மானிட இன்பங்களின் பேரின்பமான உன்னதத்தை அடையவும், ஒருவர் தம் வாழ்வை அர்ப்பணித்து பிறர்வாழ முயல வேண்டும்!

- புத்தர்

நீ அறிவைத் தேடி ஓடினால், வரலாறு உன் நிழலைத் தேடி ஓடி வரும். இதுதான் உலக நியதி! இந்த நியதியின் மிகச் சிறந்த இலக்கணம் அம்பேத்கர். அன்று அவருக்குத் தன் வாழ்க்கையே ஒரு வரலாறாக ஆகப்போகிறது என்றோ, வருங்கால இந்தியர்களால் தான் ஒரு நாயகனாக மகுடம் சூட்டப்படுவோம் என்றோ கனவிலும் யோசித்திருக்க வாய்ப்பு இல்லை. அன்று அவரிடம் இருந்ததெல்லாம் அறிவின் எல்லையைக் காணும் வெறி! அதனால்தான், பாதியில் விட்ட படிப்பைத் தொடர இரண்டாவது முறையாக லண்டன் வந்த அம்பேத்கர், தடதடவென அதிவேக ரயிலைப்போல மூன்றே வருடங்களில் மூன்று பட்டங்களைத் தன் அறிவின் அடையாளங்களாக மாற்றிக்கொண்டார்.

1921ல் சட்டப் படிப்பில் பாரிஸ்டர் பட்டத்தையும், அடுத்தடுத்த வருடங்களில் பொருளாதாரத்தில் எம்.எஸ்ஸி., மற்றும் டி.எஸ்ஸி., போன்ற

லண்டன் திரும்பச் சொல்லி 'கிரேஸ் இன்' கல்லூரியிலிருந்து அழைப்பு வந்தது. பொருளாதாரத்தில் அம்பேத்கருக்கு டாக்டர் பட்டம் தேடித் தந்த ஆய்வுக் கட்டுரையில் சில சொற்கள் பிரிட்டிஷ் மக்களைப் புண்படுத்துவதாகஅமைந் திருப்பதாகவும், அவற்றை மட்டும் சற்று மாற்றி எழுதித் தருமாறும் பேராசிரியர்கள் கேட்டுக்கொண்டனர். இதற்காக, அம்பேத்கர் பான் பல்கலைக் கழகக் படிப்பை பாதியில் நிறுத்திவிட்டு லண்டன் திரும்ப வேண்டியதாயிற்று. அப்போதுதான், லண்டன் நாளிதழ்களில் இந்தியாவைப் பற்றி வரும் செய்திகளில் சமீப காலமாக மோகன்தாஸ் கரம்சந்த் காந்தி என்ற பெயர் அடிக்கடி இடம்பெறுவதை அம்பேத்கர் கவனித்தார். 'யார் இந்த காந்தி? தீண்டாமை குறித்து ஆவேசமாகப் பேசும் இவரால், தாழ்த்தப்பட்ட மக்களுடைய வாழ்வில் உண்மையிலேயே வெளிச்சத்தைக் கொண்டு வர முடியுமா?' என்ற கேள்விகள் அம்பேத்கரின் மனதில் வட்டமிட்டன.

1923 ஏப்ரலில் இந்தியாவுக்குத் திரும்பிய பிறகு, காந்தியைப்பற்றியும், இந்திய தேசிய காங்கிரஸின் நடவடிக்கைகளையும் மேலும் கூர்ந்து கவனிக்கத் துவங்கினார் அம்பேத்கர். அன்றைய நிலையில் தாழ்த்தப்பட்டவர்கள் யாரும் கற்பனையில் கூடக் கண்டிராத மிக உயர்ந்த பட்டங்களைச் சுமந்தபடி அம்பேத்கர் நாடு திரும்பிய சம்பவம் அனைவரின் புருவங்களையும் பிரமிப்பில் உயரச் செய்தது. முதல்வராகவும், பேராசிரியராகவும் பதவி ஏற்கும்படி பலகல்லூரிகள் அவருக்குத் தூண்டில் போட்டன. இனி, தன் வாழ்வு முழுமையும் தன் மக்களுக்கானது என்ப தில் உறுதிமிக்கவராக இருந்தஅம்பேத்கர், அந்த அழைப்புகள் அனைத்தையும் நிராகரித்தார். தன் எண்ணத்துக்குத் துணையாக இருக்கும் வழக்கறிஞர் தொழிலைத் தேர்ந்தெடுத்து, அதனுள் பிரவேசித்தார். தானே தேடிச் சென்று, தாழ்த்தப்பட்ட மக்களின் பிரச்னைகளைத் தீர்க்க உதவிக்கரம் நீட்டினார். அதோடு நில்லாமல், தாழ்த்தப்பட்ட மாணவர்களுக்கு என தனி பள்ளி, தங்கும் விடுதி போன்றவற் றைக் கட்டித்தர, புதிய இயக்கம் ஒன்றை 1924 ஜூலையில் துவக்கினார்.

அம்பேத்கருடன் பெரியார்

'பகிஷ்கரித் ஹித்தஹாரிணி சபா' என்பதுதான் அந்த அமைப்பின் பெயர். ஆனால், இந்த அமைப்பு ஏற்பாடு செய்த முதல் கூட்டம் ஆளில்லாமல் 'ஈ' ஆடியது. தாழ்த்தப்பட்ட மக்கள் அனைவரும் தத்தமது வீட்டு வாசல்களில் அமர்ந்து, இவர்கள் அப்படி என்னதான் சாதித்துவிடப் போகிறார்கள் என்பது போல அவநம்பிக்கையோடு வேடிக்கை பார்த்துக் கேலி பேசிக்கொண்டு இருந்தார்களே தவிர, யாரும் கூட்டத்தில் கலந்துகொள்ளவில்லை. இதனால், அமைப்பின் இதர தோழர்கள் உற்சாகம் இழந்தனர். அப்போது அம்பேத்கர் அவர்களிடம் கூறியவை வைர வரிகள். "அவர்கள் வேறு யாருமல்ல! நம் சொந்தச் சகோதரர்கள். அவர்கள் அறியாமையில் இருக்கிறார்கள். நாம்தான் அவர்களுக்கு வெளிச்சத்தைக் காட்டி, சரியான பாதையில் வழி நடத்திக் கூட்டிப்போக வேண்டும்!" சோர்ந்திருந்த தோழர்கள் இந்த வரிகளால் புத்துணர்வு பெற்றனர். உற்சாகம் அடைந்தனர். அதன் பலனாக,

மூன்றே வருடங்களில் அந்த அமைப்பு பம்பாயிலும், சுற்றியுள்ள பல பகுதிகளிலும் தாழ்த்தப்பட்ட மக்களிடையே விழிப்பு உணர்வை உருவாக்கியது. பொதுக்கூட்டங்களில் அம்பேத்கரின் பேச்சினால் தாழ்த்தப்பட்ட மக்களிடையே புதிய எழுச்சி உண்டானது.

அக் காலத்தில், காந்தி உட்பட பலர் தாழ்த்தப்பட்ட மக்களின் விடுதலைக்காகவும் தீண்டாமைக் கொடுமைக்கு எதிராகவும் மேடைகளில் முழங்கினாலும், அம்பேத்கரின் வீர உரைகளே அனைவரையும் அதிகம் உசுப்பியது எனலாம். காரணம், தாழ்த்தப்பட்டவனின் வலியைப் பற்றி இதர சாதியினரால் அறிவுரீதியாக மட்டுமே பேச முடியும். ஆனால், அந்த வலியை ரத்தமும் சதையுமாக அனுபவித்த இன்னொரு தாழ்த்தப்பட்டவனால் மட்டுமே உண்மையாக, உணர்வுபூர்வமாக அவர்களுக்காகப் போராட முடியும். பிறந்தது முதலே சமூகத்தால் தீண்டப்படாதவனாகவே ஒதுக்கப்பட்டு, அதன் அத்தனை கொடுமைகளையும் நேரடியாக அனுபவித்த காரணத்தால், அம்பேத்கரின் விடுதலைப் பேச்சுக்கள் ஒவ்வொன்றும் சாட்டையடிகளாக விழுந்து அம்மக்களைத் துடித்தெழச் செய்தன. "பன்னெடுங்காலமாக நீங்கள் அழுது புலம்பிக்கொண்டு இருக்கிறீர்கள். துன்பம் தோய்ந்த உங்கள் குரல்களைக் கேட்கும்போதெல்லாம் என் இதயம் வெடித்துச் சிதறுகிறது. வளர்ந்த பின், இந்த உலகில் அவமானங்களை நீங்கள் அடைவதற்குப் பதிலாக, உங்கள் தாயின் கருவறையிலேயே நீங்கள் இறந்திருக்கக்கூடாதா!" எனக் கூட்டங்களில் ஆவேசமாக முழங்கினார் அம்பேத்கர். மக்கள் அலைகடலென ஆர்ப்பரித்தனர்.

விளைவு... 1927 மார்ச்சில் வெடித்தது மகத்தான 'மஹத் குள'ப் போராட்டம். அம்பேத்கர் எனும் மனிதரை மகத்தான தலைவராகவும், வரலாற்று நாயகராகவும் மாற்றிய அந்த முதல் நிகழ்வுக்கு அடிப்படைக் காரணமாக இருந்தவர் 'பெரியார்'.

|07|

ஆயிரம் ஆண்டு காலம் அடிமையாய் வாழ்வதைவிட, அரை நிமிடமேனும் சுதந்திர மனிதனாக வாழ்ந்து இறப்பது சாலச் சிறந்தது!

- *அம்பேத்கர்*

1927, மார்ச் 19... பம்பாய், கொலாபா மாவட்டத்தின் மஹத் கிராமத்தில், அன்று எங்கு திரும்பினாலும் முண்டாசுத் தலைகள். மகாராஷ்டிரம் முழுவதுமிருந்து வந்து குவிந்திருந்தனர். உள்ளூர் காவல் தெய்வமான வீரேசுவரர் பேரில் போடப்பட்ட மாநாட்டுப் பந்தலில், குத்துக்காலிட்டு அமர்ந்தபடி, புதிய வரலாற்றை எழுதப்போகும் அந்த நொடிக்காகக் காத்திருந்தனர். அவர்கள் அங்கே கூடியதற்குக் காரணம், சௌதாகர் குளம்! மகர்களான தாழ்த்தப்பட்டவர்களுக்கு மட்டும் அந்தக் குளத்தில் குளிக்கவோ, குடிக்கவோ, தண்ணீர் மறுக்கப்பட்டு இருந்தது. ஆகாயத்தையோ, காற்றையோ அளக்கத் தெரியாத மூடர்களிடம் தண்ணீர் மட்டும் வசமாக மாட்டிக்கொண்டது. அந்தப் பகுதியில் வேறு எங்கும் போதிய தண்ணீர் வசதி இல்லாத காரணத்தால், தாழ்த்தப்பட்ட மக்கள் பெரும் அவதிக்கு ஆளாயினர். பம்பாய் மாநகராட்சிக்கு கோரிக்கை வைக்க, மகர்களுக்கு

CHICAGO
CHICAGO

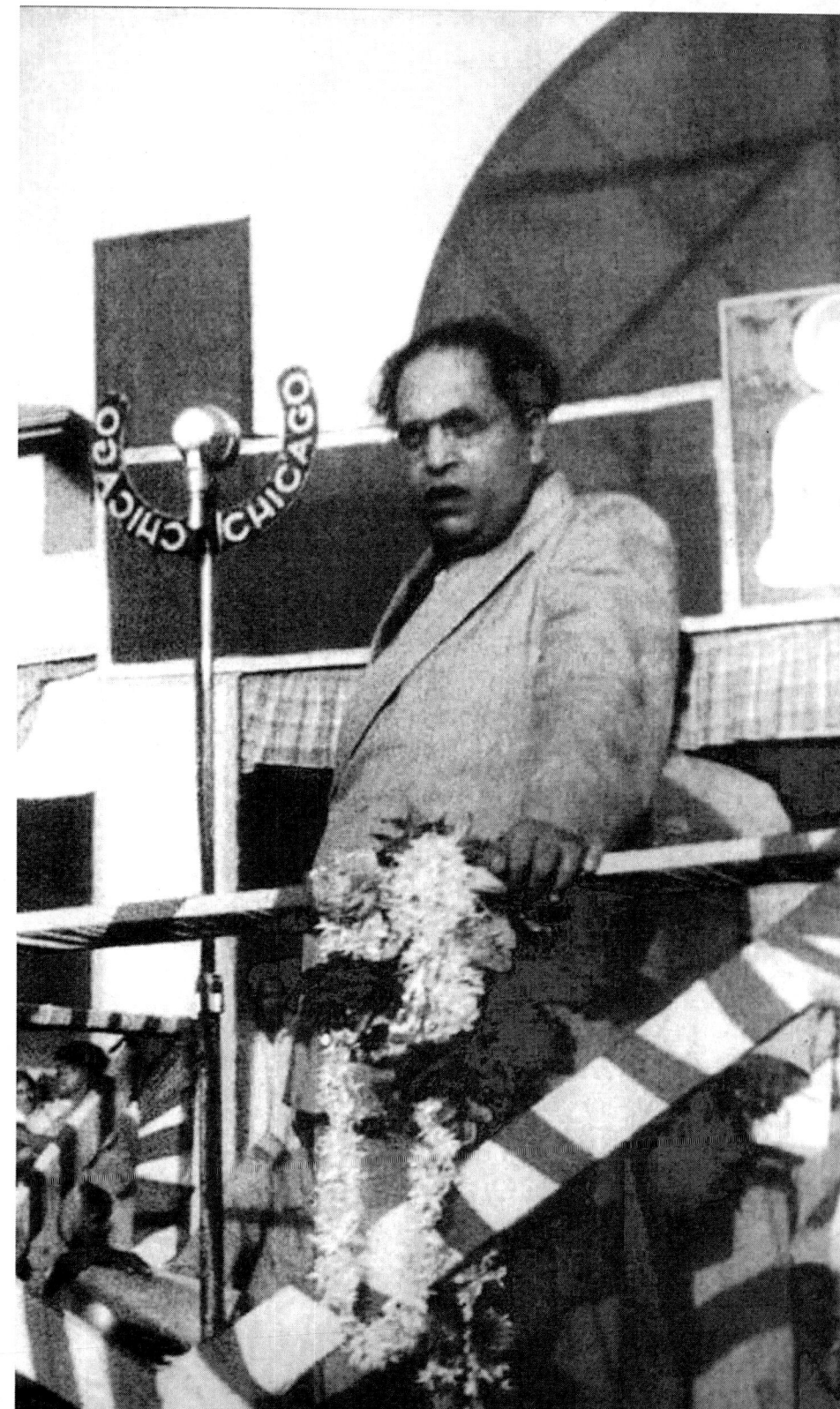

அந்தக் குளத்தில் தண்ணீர் எடுக்க உரிமை உண்டு என உத்தரவு வந்தது. ஆனாலும், பிராமணர்களும் இதர உயர் சாதியினரும் சேர்ந்து மகர்களை அங்கே நீரெடுக்கவிடாமல் அனுமதி மறுத்த தகவல், அம்பேத்கரின் கவனத்துக்கு வந்தது. கேரளத்தின் வைக்கத்தில் தாழ்த்தப்பட்டவர்களுக்கு கோயில் வீதியில் நடந்து செல்ல அனுமதி மறுக்கப்பட்டபோது, பெரியார் நேரடியாகச் சென்று போராட்டத்தில் குதித்து வெற்றிவாகை சூடிய கதை அம்பேத்கரின் நினைவுக்கு வந்தது. அதிரடியாகக் களத்தில் இறங்கினார் அம்பேத்கர். மஹத்தில் பிரமாண்டமான மாநாடு ஒன்றை ஏற்பாடு செய்ய உத்தரவிட்டார்.

சுரேந்திர நாத், சுபேதர் சவக்கர், ஆனந்த்ராவ் சித்ரே ஆகியோர், மகாராஷ்டிராவின் கிராமங்களுக்கு நேரில் சென்று மாநாட்டின் முக்கியத்துவத்தை எடுத்துரைத்தனர். அதன் விளைவுதான், அன்று வீரேசுவரர் பந்தலில் கூடியிருந்த முண்டாசுகள். அம்பேத்கர் மேடையில் ஒலிவாங்கியின் முன் வந்து நின்றார். "சில ரொட்டித் துண்டுகளுக்காக மனித உரிமையையே விற்பது மானங்கெட்டத்தனம்" வழக்கம் போல, அவரது சுளீர் சாட்டையடிப் பேச்சு, மக்களை உணர்ச்சி அலைகளின் மீது ஓடமாகத் தத்தளிக்கவைத்தது. "எந்தக் குளத்தில் நமக்கு நீர் மறுக்கப்பட்டதோ, அந்தக் குளத்தை நோக்கி நடப்போம்" என உத்தரவிட்டார். அடுத்த நொடி, சௌதாகர் குளம் நோக்கி பெரும் ஜனத்திரள் புதிய சரித்திரத்தைத் தங்களது பாதங்களால் புழுதியில் எழுதியபடி நடந்து வந்தது. குளத்தின் நான்கு புறங்களையும் சுற்றி வளைத்து நின்றனர். எந்தக் குளத்தில் நீர் எடுக்கக் கூடாது என மனிதர்கள் ஒதுக்கினார்களோ, அந்தக் குளம் அவர்களின் முகங்களை வாஞ்சையுடன் பிரதிபலித்தது. முதல் ஆளாக அம்பேத்கர் ஒரு கை நீர் அள்ளிப் பருகினார். பின் அனைவரும் இறங்க, குளம் கொண்டாட்டக் களம் ஆகியது. மீண்டும் அனைவரும் மாநாட்டுப் பந்தலுக்குத் திரும்பிக்கொண்டு இருந்தனர். திடீரென எங்கிருந்தோ வந்த உயர் சாதிக் கும்பல், கையில் தடிகளுடன் கூட்டத்தின் ஒரு பகுதியினரைக் கடுமையாகத் தாக்கத் துவங்கியது. ஒட்டுமொத்த கூட்டமும் வீரேசுவரர் கோயிலுக்குள்ளும் இன்னும் இதர கோயில்களுக்குள்ளும் நுழையப் போவதாக

யாரோ கிளப்பிவிட்ட வதந்திதான் அவர்களது கோபத்துக்கும் வன்முறைக்கும் காரணம். மாநாட்டுப் பந்தலில் இருந்த அம்பேத்கரிடம், அடிபட்டவர்கள் வந்து கதற, அனைவரும் கொதித்து எழுந்தனர். ஆனால், “வன்முறை ஒருக்காலும் நம் பிரச்னைக்குத் தீர்வாகாது. அது திசை திருப்பிவிடும்” என எல்லோரையும் அஹிம்சை வழியில் நடக்குமாறு அறிவுறுத்தினார் அம்பேத்கர். பிரச்னை இதோடு முடியவில்லை. போராட்டத்தால் ஏற்பட்ட தீட்டைக் கழிக்க உயர் சாதியினர் 108 குடங்களுடன் மாட்டுச் சாணம், கோமியம் ஆகியவற்றைக் குளத்தில் கொட்டி தண்ணீரை மீண்டும் ஒரு முறை தங்களது அறிவீனத்தால் களங்கப்படுத்தினர். செய்தி கேள்விப்பட்ட அம்பேத்கரின் மனம் வேதனைக்கு உள்ளானது.

இப்படிச் சிக்கின நூல்கண்டாக அறிவீனத்தில் மாட்டிக்கொண்டு இருக்கும் மக்களை எப்படி விடுவிப்பது என யோசித்தார். அப்போது அவருக்கு விடையாகத் தெரிந்தது ‘மனு’! மனு சாஸ்திரத்தால்தான் மனிதர்களை மனிதர்கள் வெறுக்கும் இந்த அவலம் இந்தியாவில் காலங்காலமாகத் தொடர்கிறது. ஆகவே, மனிதர்கள் வெறும் நிழல்கள்தான். மனுதான் நம் மூல எதிரி எனும் முடிவுக்கு வந்தார். விளைவு, 1927 டிசம்பர் 23ம் நாளில் மீண்டும் மஹத்தில் கூடியது மகர்களுக்கான மாநாடு. தொண்டர்கள் அதே உற்சாகத்துடன் கூடினர்.

காந்தியின் புகைப்படத்தை மையமாகக்கொண்டு அலங்கரிக்கப்பட்ட அந்த மாநாட்டு மேடையில், பிராமணர் உட்பட பல்வேறு சாதிகளைச் சேர்ந்தவர்கள் முன்னிலையில் அம்பேத்கர் மனுதர்ம சாஸ்திரத்தைத் தீ வைத்துக் கொளுத்தி, தீண்டாமைக்கு எதிரான யுத்தத்தைத் துவக்கினார். மகத்தான இந்த மஹத் போராட்டத்துக்குப் பின் அம்பேத்கரின் புகழ் இந்தியா முழுக்கப் பரவியது. வன்முறை இல்லாமல், அதே சமயம் உறுதிப்பாட்டுடன் தனது எதிர்ப்பினைத் தெரிவித்து சனாதனங்களுக்கு முடிவுரை எழுதும் அம்பேத்கரின் அணுகுமுறை இந்தியாவின் இதர தலைவர்களிடத்தும் தாழ்த்தப்பட்ட மக்களிடத்தும் பெரும் நன்மதிப்பை உருவாக்கித் தந்தது.

1930, அன்றைய இந்தியாவே காந்தியின் அடுத்த உத்தரவுக்காக, கொந்தளித்துக்கிடந்த நேரம். உப்பு சத்தியாகிரகத்தின் பொருட்டு அவர் தண்டி யாத்திரையைத் துவக்குவதற்குச் சரியாக 10 நாட்களுக்கு முன் அம்பேத்கர் தனது அடுத்த போராட்டத்துக்காக நாசிக் நகருக்குப் புறப்பட்டார். காரணம், அங்கே இருந்த ராமர் கோயில். அப்போதிருந்த பிரிட்டிஷ் அரசாங்கம் சட்டமாக உத்தரவு பிறப்பித்த பிறகும் தாழ்த்தப்பட்டவர்களை கோயிலுக்குள் அனுமதிக்க நிர்வாகத்தினர் மறுத்து வந்தனர். இதற்குத் தீர்ப்பு எழுதும் நேரத்துக்காகக் காத்திருந்த குழுவினருக்கென்றே அந்தக் கோயில் திருவிழாவும் நெருங்கி வந்தது.

தேர்த் திருவிழா ஏப்ரல் 9. அதற்கு இன்னும் சரியாக ஒரு மாத கால அவகாசம் இருக்கும் சூழலில், மார்ச் 3ம் தேதி ஒரு ஞாயிற்றுக்கிழமையன்று கிட்டத்தட்ட 8 ஆயிரம் பேர் நாசிக்கில் அம்பேத்கர் தலைமையில் கூடினர். நான்கு நான்கு பேர்களாக அவர்கள் வரிசையில் நிறுத்தப்பட்டனர். நாசிக்கில் அந்த ஊர்வலம் அமைதியாக ராணுவ ஒழுங்குடன் கோயிலை நோக்கிப் புறப்பட்டது. தகவல் அறிந்து கோயிலின் நான்கு கதவுகளும் அவசரமாக அடைக்கப்பட்டன!

08

'பறிபோன உரிமைகளை, பிச்சையாகப் பெற முடியாது. தீர்மானங்கள் மூலமோ, மன்றாடுவதன் மூலமோ, நியாயங்கள் பிறக்காது. ஆடுகளைத்தான் கோயில்கள் முன் வெட்டுகிறார்களே ஒழிய, சிங்கங்களை அல்ல!'

- **அம்பேத்கர்**

மார்ச் 3 நாசிக் நகரமே நடுங்கியது. ஜில்லா மாஜிஸ்திரேட், போலீஸ் சூப்பிரன்டெண்டென்ட் உட்பட எண்ணற்ற அதிகாரிகளும் காவலர்களும் கோயிலின் அடைக்கப்பட்ட கதவுகளின் முன் வந்து குவிந்தனர். இத்தனை களேபரத்துக்கும் காரணம், தாழ்த்தப்பட்டோரின் கோயில் நுழைவு ஊர்வலம்! அம்பேத்கரின் தலைமையில், வரிசைக்கு நான்கு பேராக கிட்டத்தட்ட எட்டாயிரம் பேர் மிகவும் அமைதியான முறையில் நகரின் மையத்தில் இருந்த காலாராம் கோயிலை நோக்கி ஊர்வலமாக நடந்து வந்தனர். ஊர்வலம் கோயிலை நெருங்க நெருங்க, நிர்வாகிகளுக்கும் காவல் அதிகாரிகளுக்கும் குலைநடுக்கம். எங்கே பெரும் கலவரம் வெடிக்கப்போகிறதோ எனக் கால்கள் வெடவெடக்கக் காத்திருந்தனர். ஆனால், நடந்ததோ வேறு! கோயிலை அடைந்ததும், ஊர்வலத்தினரைக்

கோயிலின் நான்கு புறமும் மூடப்பட்டுக்கிடந்த கதவுகளின் முன் அமைதியாக உட்காரும்படி கட்டளையிட்டார் அம்பேத்கர். தலைவனின் கட்டளைக்கு எட்டாயிரம் தலைகளும் கட்டுப்பட்டன. நேரம் கடந்ததே ஒழிய, கதவுகள் திறக்கவே இல்லை. இரவானதும் கூட்டம் களைத்துப்போய் கிளம்பிவிடும், போராட்டம் பிசுபிசுத்துவிடும் என கோயில் நிர்வா கத்தினர் நினைத்தனர். ஆனால், இரவு கடந்து மறுநாள் விடிந்த பிறகும் குழுவினர் அப்படியே அமர்ந்திருக்க, கோயில் வாசலும் அடைபட்டுக் கிடந்தது.

அடுத்த நாள் காலை, அடுத்த நாள் காலை என ஒவ்வொரு நாளும் நாசிக் நகரத்தின் இந்த வேடிக்கையை ரசித்தபடி, சூரியன் கிழக்கு மேற்காக நகர்ந்துகொண்டு இருந்தான். இன்று எப்படியும் கலவரம் நடக்கும் எனப் பயந்து நடுங்கிய படி ஒவ்வொரு நாளும் அதிகாரிகள் தவிக்க, போராட்டக் குழுவினர் உறுதியாக அமர்ந்திருந்தனர். தேர்த் திருவிழாவுக்கான நாளும் நெருங்கி வந்தது.

அன்று ஏப்ரல் 8. மறுநாள் ராமர் தேரில் ஊர்வலம் வந்தே ஆக வேண்டும். கோயிலின் கதவுகள் திறக்கப்பட்டால்தான், ராமர் வெளியில் வந்து தேரில் அமர முடியும். இக்கட்டான

சூழலில் வேறு வழி தெரியாமல், கோயில் நிர்வாகத்தினர் அம்பேத்கருடன் பேச்சுவார்த்தை நடத்தினர். மறுநாள் எங்களுடன் தாழ்த்தப்பட்டவர்களும் சேர்ந்து தேரை இழுக்கட்டும் என வழிக்கு வந்தனர். அவர்களின் சதித் திட்டம் அறியாத அம்பேத்கர் சம்மதித்தார். ஒரு மாதமாக அடைக்கப்பட்ட கதவுகள் திறந்தன. மறுநாள் தேரை இழுக்கச் சென்ற தாழ்த்தப்பட்டவர்களுக்கு பெருத்த ஏமாற்றம். அறிவித்த நேரத்துக்கு முன்னதாகவே அவசர அவசரமாக கோயில் நிர்வாகத்தினரும், பிராமணர்களும், இதர சாதி இந்துக்களும் கூட்டு சேர்ந்து, தேரை இழுத்துச் சென்றனர். தகவல் தெரியவந்த தாழ்த்தப்பட்ட மக்கள் ஆவேசத்துடன் தேரை நோக்கி ஓட, போலீஸார் அவர்களைத் தடுத்து விரட்டி அடித்தனர். தாழ்த்தப்பட்ட மக்கள், கடவுளின் பேரால் மீண்டும் ஒருமுறை முதுகில் குத்தப்பட்டனர். தொடர்ந்து நடந்த கலவரங்களின் முற்றுப்புள்ளியாக, பெருஞ்செல்வந்தரான பிர்லா நேரில் வந்து, அம்பேத்கரைச் சந்தித்து, போராட்டத்தைக் கைவிடுமாறு கோரிக்கை வைத்தார். ஆனால், தாழ்த்தப்பட்ட மக்கள் தங்கள் நிலைப்பாட்டில் உறுதியாக இருந்தனர். இதனால் 1935 வரை நாசிக்கின் புகழ்மிக்க அந்தக் கோயில் மூடியே இருந்தது.

தன் சொந்த நாட்டில், தங்கள் மேல் ஒரு மதம் திணிக்கப்பட்டு, அதேசமயம், அதற்கான உரிமைகளும் மறுக்கப்பட்டு இழிவு படுத்தப்படுவதை இன்னும் எத்தனை நாள்தான் சகித்துக்கொள்வது எனும் வேதனைகொண்டார் அம்பேத்கர். வெறுமனே காங்கிரஸின் கொள்கைகளான தீண்டாமை ஒழிப்பு, ஆலய நுழைவுப் போராட்டம், சமபந்தி உணவு என இவற்றால் மட்டுமே தன் சமூகத்துக்கு விடிவுக்காலம் ஏற்படாது. முறையான அரசியல் வாழ்வுரிமையின் மூலமாகத்தான் எதிர்காலச் சந்ததியினருக்கு உண்மையான சுதந்திரம் கிடைக்கும் எனத் தெளிவாக உணர்ந்தார். அதிலும் பிரிட்டிஷ் ஆட்சிக் காலத்திலேயே, இந்த உரிமைகளைப் போராடிப் பெற்றால்தான் உண்டு. அவர்களிடமாவது ஒரு பொது நியாயத்தை எதிர்பார்க்கலாம், அவர்கள் போனபின், காலங்காலமாக மதத்தில் ஊறிக்கிடக்கும் உயர் சாதிகள் ஆட்சிக்கு வந்தால், தம் மக்களுக்கு ஒருக்காலும் நீதி கிடைக்காது என்ற தெளிவில் இருந்தார். அவரது இந்த எதிர்பார்ப்பை ஈடு செய்வது போல் வந்தது...

1930, நவம்பர் 12. இந்திய வரலாற்றுக்கே திருப்புமுனை நாளாகவும் அமைந்த அந்தப் பொன்னாளில்தான் லண்டனில் முதலாவது வட்டமேசை மாநாடு நடைபெற்றது. இந்தியர்களின் வாழ்வுரிமைக்காக, அரசியலமைப்புச் சட்டங்களில் ஓரளவு சீர்திருத்தத்தை மேற்கொள்வது மாநாட்டை நடத்திய பிரிட்டிஷ் ஆட்சியரின் நோக்கம். காந்தியின் தலைமையிலான அப்போதைய காங்கிரஸ் பேரியக்கம், தீவிரமாக ஒத்துழையாமை இயக்கத்தைக் கடைப்பிடித்து வந்ததால், இந்த மாநாட்டுக்கான அழைப்பைப் புறக்கணித்தனர். காந்தியும் நிராகரித்தார். ஆனால், அம்பேத்கர் தனது மக்களுக்கான நியாயமான வாழ்வுரிமைகளையும் அரசியல் சமத்துவத்தையும் பெற இது சரியான சந்தர்ப்பம் என அழைப்பை ஏற்று லண்டனுக்கு விரைந்தார். அம்பேத்கருடன் சாப்ரூ, ஜெயகர், மூஞ்சே, சென்னையைச் சேர்ந்த ரெட்டைமலை சீனிவாசன் உள்ளிட்ட பிரமுகர்களும் பல்வேறு சமஸ்தான மன்னர்களும் மாநாட்டில் கலந்துகொண்டனர். காங்கிரஸ் கட்சியினர் அம்பேத்கரின் மேல் மட்டும் கடும் கோபம்கொண்டனர்.

இந்தியாவுக்கு துரோகம் இழைக்கும் விதத்தில் பிரிட்டிஷ் ஆட்சியினருடன் கூட்டு சேர்ந்துவிட்டதாகத் தூற்றினர். சுபாஷ் சந்திரபோஸூம் கடுமையாக விமர்சித்து பத்திரிகைகளில் அறிக்கை வெளியிட்டார்.

ஆனால், அம்பேத்கர் அந்த வலிகளைத் தன் நெஞ்சில் தாங்கியவராக, மாநாடு நடைபெற்ற செயின்ட் ஜேம்ஸ் அரண்மனைக்குள் அடியெடுத்து வைத்தார். மதத்தின் பேரால் அடிமைகளாக்கப்பட்டு, அவமான இருட்டில் வாழும் ஆறு கோடி தாழ்த்தப்பட்ட மக்களின் குரல்கள் அவர் மனசுக்குள் ஒருசேர ஒரு சொல்லைக் கூவின. அது... 'விடுதலை'!

●

|09|

'ஜனநாயகம் ஓர் அரசாங்க வடிவம் மட்டுமல்ல, அது ஒரு கூட்டு வாழ்க்கைமுறை. சக மனிதர்களுக்கு மதிப்பும் மரியாதையும் செய்யும் மனப்பாங்கு!

- அம்பேத்கர்

முதலாம் வட்ட மேசை மாநாடு முடிவுக்கு வந்தபோது, இந்தியாவின் தேசியத் தலைவர்களுள் ஒருவராக உயர்ந்திருந்தார் அம்பேத்கர். பிரிட்டிஷ் அரசாங்கத்தின் மண்ணிலேயே, அவர்களது ஆட்சிமுறையின் கோளாறுகளைக் கடுமையாகச் சாடினார். "இந்தியாவின் மொத்த மக்கள்தொகையில் ஐந்தில் ஒரு பகுதியாகவும், கிட்டத்தட்ட பிரான்ஸ் நாட்டு மக்கள்தொகைக்கு ஈடாகவும் இருக்கக்கூடிய பெருவாரியான தாழ்த்தப்பட்ட மக்களின் சார்பாக இங்கு பேசுகிறேன். உங்களது ஆட்சி எம் மக்களுக்கு அளித்துவந்த வேதனைகள் போதும். காலங்காலமாக எம்மக்கள் மதத்தின் பேரால் அனுபவித்து வரும் துயரங்களிலிருந்து மீட்காமல், உங்கள் அரசு மேலும் அவர்களை இழிவுபடுத்தி வருவதை இனியும் எங்களால் சகித்துக்கொள்ள முடியாது. ஒரு தாழ்த்தப்பட்டவனுக்கு அந்த நாட்டின் ராணுவப் படையில் சேர உரிமை மறுக்கப்படுமானால், அப்படிப்பட்ட ஆட்சியே எங்களுக்குத் தேவை

இல்லை. இனி இந்தியாவில் மக்களால் தேர்ந்தெடுக்கப்பட்டு, மக்களுக்காக, மக்களே ஆள்கிற புதிய ஆட்சிமுறை வேண்டும். அந்த ஜனநாயக ஆட்சியில் எம் தாழ்த்தப்பட்ட மக்கள் இப்போது வாழ்கிற அடிமை நிலையிலிருந்து விடுபட்டு, அரசியல், பொருளாதாரம் மற்றும் சமூக நிலைகளில் ஏனைய உயர் சாதியினரைப் போல பூரண விடுதலை பெற்றவர்களாக வாழ வேண்டும்!" என உரத்துக் கூறினார்.

அம்பேத்கரின் துணிச்சலானப் பேச்சு உடன் வந்த சிற்றரசர்கள் பலருக்கும் ஆச்சர்யத்தையும் ஏற்படுத்த, ஓர் அரசர் அழுதேவிட்டார். அவர், அமெரிக்கா சென்று படிக்க அம்பேத்கருக்குப் பண உதவி செய்த பரோடா மன்னர் சாயாஜி ராவ் கெய்க்வாட். நம் கையால் மண்ணில் ஊன்றிய விதையன்று சட்டென நாமறியாமல் செழித்து வளர்ந்து, கனிகளுடன் பூத்துக் குலுங்குவதைத் தற்செயலாகப் பார்க்கநேரிடுகிற போது எழுகிற பூரிப்பு அது. மாநாட்டுக்கு வந்த இதர சிற்றரசர்கள் முன்னிலையில் அன்று இரவு அம்பேத்கருக்கு விருந்து கொடுத்து கௌரவப்படுத்திக் கட்டித்தழுவினார் மன்னர். அன்று முதல் இந்தியாவிலிருந்து வந்த அனைத்துப் பிரதிநிதிகளும் அம்பேத்கரை சற்று மரியாதையுடன் பார்க்கத் துவங்கினர்.

வட்ட மேசை மாநாட்டில் அம்பேத்கர் ஆற்றிய உரை குறித்து லண்டனிலிருந்து வெளியான ஆங்கில நாளேடுகள் புகழ்ந்தன. 'வயது வந்தோருக்கு வாக்குரிமை கொடுக்கப்பட வேண்டும்' என்பன போன்ற அம்பேத்கரின் அதி முக்கியமான கோரிக்கைகள் குறித்து வியந்து எழுதின. 'அம்பேத்கரின் உரையே மாநாட்டின் சிறப்பு!' என இண்டியன் மெயில் நாளேடு எழுத, ஸ்பெக்டேட்டர் நாளேடு அதற்கும் ஒரு படி மேலாக, 'அம்பேத்கர், இந்திய தேசியத் தலைவர்களில் தவிர்க்க முடியாத நபர்!' எனப் புகழ் மாலை சூட்டியது.

பிப்ரவரி 27, 1931—ல் பம்பாய் பல்லார்டு துறைமுகத் தில் பெரும் ஜனத்திரளின் முன்னிலையில் வெற்றிப் புன்னகையுடன் கை அசைத்தபடியே கப்பலில் வந்து இறங்கினார் அம்பேத்கர். முதலாம் வட்ட மேசை மாநாட்டைத் தொடர்ந்து, அடுத்த வருடமே ஆங்கில அரசு

இரண்டாவது வட்ட மேசை மாநாட்டுக்கான அழைப்பை வெளியிட்டது. சென்ற மாநாட்டில் ஒத்துழையாமை இயக்கம் சார்பாக, மாநாட்டில் கலந்துகொள்ள மறுத்த காங்கிரஸ் கட்சி இந்த முறை பிரிட்டிஷ் அரசாங்கத்தின் அழைப்பை ஏற்றது. காரணம், இடையில் ஏற்பட்டு இருந்த காந்தி — இர்வின் ஒப்பந்தம் என்றாலும், மூல காரணம் வேறொன்றாக இருந்தது. இந்தியாவின் எதிர்கால அரசியல் அமைப்பைத் தீர்மானிக்கும் வட்ட மேசை மாநாட்டில் எங்கே தங்களது பங்களிப்பு இல்லாது போய்விடுமோ எனும் காங்கிரஸ் கட்சியின் அச்சமும், முதல் மாநாட்டுக்குப் பிறகு ஏற்பட்ட அம்பேத்கரின் பிரமாண்டமான அரசியல் வளர்ச்சியும்தான். காங்கிரஸ் கட்சி ஏன் அம்பேத்கரின் வளர்ச்சியைக் கண்டு பயப்படவேண்டும். அதற்கு சில காரணங்கள் இருந்தன.

காங்கிரஸின் நோக்கம், தேச விடுதலை மட்டும்தான். ஆனால், அம்பேத்கருக்கோ தேச விடுதலையோடு சேர்த்து தாழ்த்தப்பட்ட மக்களுக்கான சட்டபூர்வமான அரசியல் விடுதலையும் முக்கியக் கடமையாக இருந்தது. அதுவும் பிரிட்டிஷ் ஆட்சியிலிருக்கும்போதே அரசியல்ரீதியாக இதற்கு முடிவெடுக்க வேண்டும் என்பதில் அவர் தெளிவாக இருந்தார். இதனால் காங்கிரஸோடு கூட்டு சேராமல் தன்னிச்சையாகவே செயல்பட்டார். இவரது

இந்தச் செயல்பாடு தங்களது போராட்டத்தைப் பலவீனப்படுத்துவதாகவும் பிரிட்டிஷ் அரசாங்கத்துக்கு வலு சேர்ப்பதாகவும் காங்கிரஸ் கட்சி கருதியது. தவிர்க்க முடியாத ஒரு புகை இருதரப்புக்கும் இடையே மெள்ள எழுந்து, பின் அது அம்பேத்கரின் மீதான வன்மமாக உருவெடுக்கத் துவங்கியது. அம்பேத்கர் செல்லும் இடங்களுக்கெல்லாம் காங்கிரஸார் கறுப்புக் கொடிகளைக் காண்பித்து கோஷம் எழுப்பினர். ஆனால், அது எதையும் கண்டு கலங்காதவராக இன்னும் உறுதியுடன் இரண்டாவது வட்ட மேசை மாநாட்டுக்குத் தயாரானார் அம்பேத்கர்.

பிரிட்டிஷ் அரசாங்கம் வெளியிட்ட மாநாட்டுக்கான அறிவிப்பில் முக்கியமான தலைவர்களின் பட்டியலில் சக்திவாய்ந்த இரண்டு பெயர்கள் இருந்தன. ஒன்று, அம்பேத்கர். இன்னொன்று காந்தி. இந்த இரண்டு துருவங்களும் அதுவரை நேருக்கு நேர் சந்தித்தது இல்லை. இருவரும் ஒன்றாக லண்டன் மாநாட்டில் கலந்துகொள்ள இருப்பது மிகப் பெரிய எதிர்பார்ப்பையும் சலசலப்பையும் இந்திய அரசியலில் உருவாக்கியது.

1931—ம் ஆண்டு, ஆகஸ்ட் 6—ம் தேதி... அம்பேத்கருக்கு 106 டிகிரி காய்ச்சல். நடுங்கும் விரல்களுடன் தனக்கு வந்த ஒரு கடிதத்தை எடுத்துப் பிரித்துப் படித்தார். அந்தக் கடிதத்தை எழுதியிருந்தவர் காந்தி!

|10|

'மகாத்மாக்கள் வந்தார்கள், மகாத்மாக்கள் மறைந்தார்கள். ஆனால், தீண்டப்படாதவர்கள் மட்டும் தீண்டப்படாதவர்களாகவே இருக்கிறார்கள்!'

- அம்பேத்கர்

கடந்த நூற்றாண்டின் தலைசிறந்த இரண்டு மனிதர்களுள் ஒருவராக உலக ஏடுகளால் கணிக்கப்பட்ட பெருமைக்குரியவர் நம் மகாத்மா காந்தி. அப்படிப்பட்ட காந்தியின் வாழ்வில் நம்மால் ஏற்றுக்கொள்ள முடியாத சில அதிர்ச்சியூட்டும் சம்பவங்களும் உண்டு. 'காந்தியா இப்படிச் செய்தார்?' எனக் கேள்விகள் எழலாம். ஆனால், வரலாற்றின் சில உண்மைகள்... முழுதும் அணைந்து விட்டதாகத் தோற்றமளிக்கும் சாம்பல் காட்டில், இன்னும் அணையாத நெருப்பாகக் கனல்பவை! அப்படிப்பட்ட சம்பவங்களில் ஒன்று, அம்பேத்கருக்கு காந்தியுடனான முதல் சந்திப்பின் போது நிகழ்ந்தது. இத்தனைக்கும் காந்தியே சந்திக்க வருவதாகக் கடிதம் எழுதியும், மரியாதை நிமித்தமாக, தானே காந்தியின் இருப்பிடமான மணிபவனுக்குச் சென்றார் அம்பேத்கர். அப்போது காந்தி தனது கட்சிக்காரர்களுடன் பேசிக்கொண்டிருக்க, அம்பேத்கர் அவருக்கு வணக்கம் தெரிவித்தார்.

ஆனால், புன்னகையோ, பதில் வணக்கமோ, சிறு தலையசைப்போகூட காந்தியிடமிருந்து இல்லை.

தனக்கு எதிராகச் செயல்படுபவனைப் பலமிழக்கச் செய்ய ஒரு மூன்றாந்தர அரசியல்வாதி செய்யும் மலினமான தந்திரத்தை ஒரு மகாத்மாவும் கையாண்டார் என்பதுதான் வேதனையான விஷயம். அம்பேத்கர் இம்மியும் தடுமாறவில்லை. ஆனால், 'இனி இந்த மனிதருக்காக நாம், நம்மையும் நமது கருத்தையும் கடுகளவுகூட விட்டுக்கொடுக்க வேண்டிய அவசியம் இல்லை' என உறுதியாக முடிவெடுத்தார். பழங்களைச் சாப்பிட்டபடி காந்தி தொடர்ந்து மிஸ் ஸ்லேடு என்ற பெண்மணியுடன் பேசிக்கொண்டு இருந்துவிட்டு, பின் சாவகாசமாக அம்பேத்கரை நோக்கித் திரும்பினார். அந்த உரையாடல், விட்டுக்கொடுக்காத இரண்டு உறுதியான தீர்மானங்களின் சந்திப்பாகவே முடிந்தது.

முஸ்லிம்களின், சீக்கியர்களின் அரசியல் அங்கீகாரத்தை ஏற்றுக்கொண்ட காந்தி, அரசியலில் தாழ்த்தப்பட்டவர்களுக்கான பிரநிதித்துவத்தை மறுத்தார். தாழ்த்தப்பட்டவர்கள் தனியாக தங்களுக்கான வாழ்வுரிமையைக் கோருவது இந்து மதத்தைப் பலவீனப்படுத்தும் என்பது அவரின் அப்போதைய எண்ணம். ஆனால், "நாய்களைவிட, பூனைகளைவிட கேவலமாக

இரண்டாவது வட்டமேசை மாநாட்டில் காந்தியும் அம்பேத்கரும்

எங்களை நடத்தும் ஒரு மதத்தை நாங்களும் அங்கீகரித்தால்... அது எங்களை நாங்களே அவமதித்துக்கொள்ளும் செயலாகும். குடிக்கத் தண்ணீர்கூட அனுமதி மறுக்கப்படும் நிலையில் ஒரு தாழ்த்தப்பட்டவன், இந்து மதத்தையும் இந்த நாட்டையும் எப்படித் தன் சொந்த மதமாகவும் சொந்த நாடாகவும் கருத முடியும்?" எனக் காட்டமாகப் பதில் கேள்வி தொடுத்தார் அம்பேத்கர். காந்திக்கு அது முதல் அனுபவம். எப்பேர்பட்ட எரிமலைகளும் தன்னை நேரடியாகக் கண்ட நொடியில் விரல் நடுங்கக் கைகூப்பித் தொழுவதைத்தான் பார்த்திருக்கிறார். முதல்முறையாக தன்முன் சிறு பதற்றமும் இல்லாமல் ஒருவர் தன் தரப்பு நியாயத்தை இப்படி ஆணி அடித்தாற் போல் உறுதிபடப் பேசுவது அவருக்கு ஆச்சர்யமாக இருந்தது. அறுந்த பாலமாக இருவரும் அன்று உரையாடலைப் பாதியில் நிறுத்திக்கொண்டனர். தணியாத கனலுடன் அம்பேத்கர் தன் தோழர்களுடன் அங்கிருந்து புயலைப் போல வெளியேறினார்.

அம்பேத்கர், காந்தியை எதிர்த்துத் துணிச்சலாகக் கேள்வி தொடுத்த சம்பவம் காங்கிரஸ் கட்சியில் பெரும் சலசலப்பை உண்டாக்கியது. 'காந்தியிடமே எதிர் கேள்வியா?' என காங்கிரஸ் கொதித்தது. வட்டமேசை மாநாட்டுக் குழுவில் தாழ்த்தப்பட்ட மக்களின் தலைவராக இருப்பதால்தானே அம்பேத்கருக்கு இத்தனை துணிச்சல், அவர் தாழ்த்தப்பட்டவரே இல்லை என பிரிட்டிஷ் அரசாங்கத்தாரை நம்பவைத்துவிட்டால், அவரை முழுமையாக முடக்கிவிடலாம் என்ற ஒரு சதியில் இறங்கினர். அதன்படி, தாழ்த்தப்பட்ட மக்களிடையே பிளவை உண்டாக்கி, அதன் ஒரு பிரிவினர் மூலமாக பம்பாயில் போராட்டம் ஒன்றை நடத்தச்செய்தனர். அம்பேத்கர் சார்ந்திருக்கும் மகர் இனத்தவர்கள் தாழ்த்தப்பட்டவர்களே இல்லை, அதனால் அவரை எங்களின் பிரதிநிதியாக ஏற்க முடியாது என அவர்களும் குரல் கொடுத்தனர். ஏறக்குறைய 15 நாட்கள் அவர்கள் விடாது கூக்குரல் விடுத்தும் அதன் போலித்தன்மை காரணத்தால் போராட்டம் பிசுபிசுத்து, தோல்வியில் முடிவுற்றது. போராட்டக் குழுவினருக்கு அடுத்து என்ன செய்வது எனத் தெரியவில்லை.

அம்பேத்கரின் இயக்கத்தோடு இனி மீண்டும் சேர முடியாத நிலையில் காந்தியிடம் சென்றனர். அப்போது காந்தி, தொழிலதிபர் டாட்டா உபயத்தில் துவக்கியிருந்த அரிஜன சேவா சங்கத்தில் தங்களையும் சேர்த்துக்கொள்ளுமாறு அவர்கள் வேண்டுகோள் விடுத்தனர். "நான் நடத்துவது அரிஜனங்களுக்குச் சேவை செய்வதற்குத்தான். ஆனால், அதில் உறுப்பினர்களாக அரிஜனங்களை சேர்த்துக்கொள்ள முடியாது" எனக் குழப்பமான பதிலைக் கூறி அவர்களை நிராகரித்தார் காந்தி.

1931 செப்டம்பர் 7—ல் துவங்கிய இரண்டாவது வட்ட மேசை மாநாடு, காந்தி — அம்பேத்கர் எனும் இரண்டு கொள்கைகளின் போராக வடிவம் கொண்டது. காலங்காலமாக வாழ்வுரிமை மறுக்கப்பட்டு, பொருளாதாரரீதியாக ஒடுக்கப்பட்டுக்கிடக்கும் தாழ்த்தப்பட்ட மக்கள் எதிர்காலத்திலாவது மீண்டு வரவேண்டும் என்ற நோக்கத்துடன் அம்பேத்கர், அவர்களுக்கான வாக்குரிமையில் சிறுபான்மையினர் எனும்

அடிப்படையில் தனி பிரதிநிதித்துவம் எனும் கோரிக்கையை மாநாட்டில் அழுத்தந்திருத்தமாக முன்வைத்தார். இதனைத் தீவிரமாக எதிர்த்த காந்தி, முஸ்லிம்களைப் போல, கிறிஸ்துவர்களைப் போல, தாழ்த்தப்பட்டவர்களை சிறுபான்மையினராகக் கருத முடியாது என்றும், அப்படிச் செய்வது இந்து மதத்தை இரண்டாகப் பிளப்பது போன்றது என்று பிடிவாதமாக இருந்தார். வரலாற்றில் ஒரே முறை கிடைக்கும் இந்த சந்தர்ப்பத்தையும் நழுவவிட்டால் எதிர்காலத்தில் ஒருபோதும் தனது மக்கள் ஒளிபெறவே வாய்ப்பு இல்லை என்பது அம்பேத்கரின் எண்ணம்.

1932, ஆகஸ்ட், 20—ம் நாள் பிரிட்டிஷ் அரசாங்கத்தின் தீர்ப்பு வெளியானது. அது, அம்பேத்கரின் வாதத் திறமைக்கும், கடும உழைப்புக்கும், உண்மையான தொண்டுள்ளத்துக்குமான பரிசாக அமைந்தது.

11

பிறக்கும்போது நான் இந்துவாகப் பிறந்தது என் குற்றமில்லை: ஆனால், நான் இறக்கும்போது ஒருக்காலும் ஓர் இந்துவாக இறக்க மாட்டேன்!'

- *அம்பேத்கர்*

ஒருவழியாக இரண்டாம் வட்ட மேசை மாநாடு முடிந்தது. போருக்குப் போய் வந்தது போன்ற களைப்புடன் தலைவர்கள் அனைவரும் தாயகம் திரும்பினர். அரசியல் அமைப்பில் இனி யார் யாருக்கு எத்தனை பிரநிதித்துவம் என்பதை, பிரிட்டிஷ் மன்னர் தனது தீர்ப்பின் மூலம் தெரிவிப்பார் என அறிவிக்கப்பட்டது. அந்த நிமிடங்களுக்காக ஒட்டுமொத்த இந்தியாவும் காத்திருக்கத் துவங்கியது. இதனிடையே மகாத்மா காந்தி, பிரிட்டிஷ் அரசாங்கத்தால் கைது செய்யப்பட்டு எரவாடா சிறையில் இருந்தார். அம்பேத்கரும் தனது பயணங்களை முடித்துக்கொண்டு இந்தியா திரும்பினார். தேசமே ஆவலுடன் எதிர்பார்த்த அந்த நாள்... 1932, ஆகஸ்ட் 20.

'கம்யூனல் அவார்ட்' எனப்படும் இந்தியாவின் இனவாரியான வகுப்புகளுக்கான பிரிட்டிஷ் மன்னரின் இறுதித் தீர்ப்பு வெளியாகியது. அம்பேத்கரின் வாதத் திறமைக்கும், கடும்

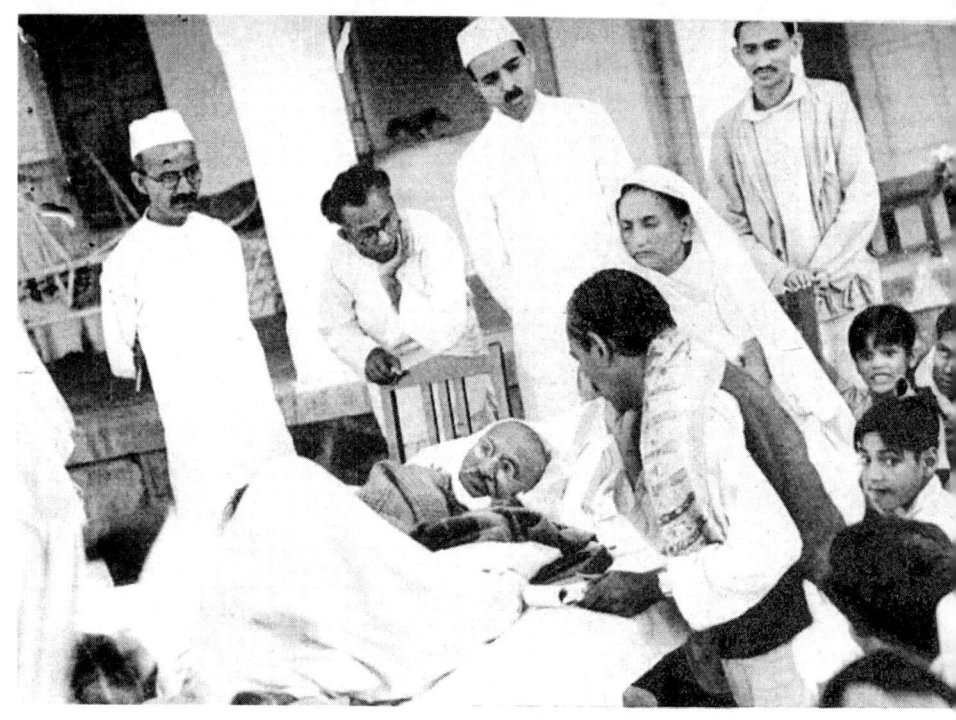

உண்ணாவிரதத்தில் காந்தி

உழைப்புக்கும், உண்மையான தொண்டுள்ளத்துக்குமான பரிசாக தீர்ப்பு அமைந்திருந்தது. அவரது கோரிக்கையின்படி, தாழ்த்தப்பட்ட மக்களுக்கு மாகாண சட்டசபைகளில் தனி இட ஒதுக்கீடு வழங்கப்பட்டது. மேலும் அவர்களுக்கு தங்களது பிரதிநிதியைத் தேர்ந்தெடுக்க ஒரு வாக்குரிமையும், பொதுத் தொகுதியில் பிரதிநிதியைத் தேர்ந்தெடுக்க இன்னொரு வாக்குரிமையுமாக, இரண்டு வாக்கு உரிமைகளுக்கு தீர்ப்பு அனுமதி அளித்திருந்தது. சிறையில் இருந்த காந்தியின் முகத்தில் அது மேலும் பல சுருக்கங்களை உருவாக்கியது. உலகம் இதுவரை எதிர்கொள்ளாத மாற்று அரசியல் அணுகுமுறை உத்திகளின் மூலம் எத்தனையோ வெற்றிகளைப் பெற்றிருந்த மகாத்மாவுக்கு அது முதல் தோல்வி. தாழ்த்தப்பட்டவர்களுக்கான தனிப் பிரநிதித்துவம் என்பது இந்துக்களைப் பிளவுபடுத்தும் செயல் என்ற கருத்தில் உறுதியாக இருந்த காந்தி, தனது கருத்தைக் காக்க உயிரையும் விடுவேன் என பிரிட்டிஷ் அரசாங்கத்துக்குக் கடிதம் எழுதி அனுப்பியிருந்தார்.

திடீரென ஏற்பட்ட இந்த மன நெருக்கடி அவரை நெருக்கித்தள்ளியது. தன் அரசியல் வாழ்வில் தோல்வியே

சந்தித்திராத மகாத்மாவால் அந்தத் தீர்ப்பை முழுமையாக எதிர்கொள்ள முடியவில்லை. அடுத்த நாள், பத்திரிகைகள் பதறின. இந்தியாவின் மூலை முடுக்குகளில் இருந்து காங்கிரஸ் தலைவர்கள் எரவாடா சிறை நோக்கிப் படையெடுத்தனர். பாபு ராஜேந்திர பிரசாத் போன்ற தலைவர்கள் இதனை இந்து மதத்துக்கு ஏற்பட்ட நெருக்கடியாகப் பாவித்தனர். தேசமே கொந்தளித்தது. காரணம், காந்தி அவர்கள் அறிவித்த உண்ணாவிரதம். பிரிட்டிஷ் அரசாங்கத்தின் தீர்ப்பை மாற்றக்கோரி அவர் 'சாகும் வரை உண்ணாவிரதம்' இருக்கப்போவதாக அறிவித்தார். அன்றைய சூழலில், காந்திக்கு இந்திய மக்களிடமிருந்த மரியாதையும் அன்பும் உலகில் இதுவரை வேறெந்தத் தலைவருக்கும் இன்று வரை வாய்த்தது இல்லை.

எண்ணற்ற உயிர்ப்பலிகளைக் கோரும், போரை ஆதரிக்கும் பகவத்கீதையை கையில் வைத்துக்கொண்டு அஹிம்சையைப் போதித்த அவரது கருத்தியல் முரண்பாட்டையும், பிரம்மாவின் காலிலிருந்து பிறந்தவன் எனக் கூறி குறிப்பிட்ட சகோதரர்களை தீண்டப்படாதவர்களாக ஒதுக்கிவைக்கும் வருணாசிரமதர்மத்தை முழு மனதுடன் அங்கீகரித்தபடியே தீண்டாமைக்கு எதிராக இயக்கம் நடத்திய அவரது கொள்கை முரண்பாட்டையும் பற்றி மக்கள் யோசிக்கவே இல்லை. காரணம், காந்தியின் மீதான பக்தி. இதனாலேயே, சிறைக்கு யார் யாரோ வந்து சமாதானம் பேசிய போதும் தன் நிலையிலிருந்து பின்வாங்க அவர் தயாராக இல்லை. காங்கிரஸ் தலைவர்களிடம் இருந்து இங்கிலாந்துக்குக் கோரிக்கைகள் பறந்தன. அம்பேத்கரின் ஒப்புதல் இருந்தால் மட்டுமே தீர்ப்பை மாற்ற முடியும் என பிரிட்டிஷ் அரசாங்கம் கைவிரித்துவிட்டது. ஒட்டுமொத்த இந்தியாவின் பார்வையும் அம்பேத்கர் பக்கம் திரும்பியது.

அன்றைய சூழலில் உண்மையில் மிகவும் பரிதாபத்துக்குரியது அம்பேத்கரின் நிலைதான். ஆண்டாண்டு காலமாக கல்வி, பொருளாதாரம், சமூக நிலை என எல்லாவகையிலும் மதத்தின் பெயரால் இருளில் தள்ளப்பட்ட ஒரு சமூகம், இனியும் முன்னேறவே வாய்ப்பு இல்லாத நிலையில் அச் சமூகத்தில்ஒரே ஒருவனுக்கு மட்டும் கல்வியறிவுக்கு வாய்ப்பு கிடைக்கிறது. அவனோ, எவரையும் விஞ்சும் தன்னிகரற்ற

அறிவுடன் மேலெழுந்து வருகிறான். இன்னும் இருளில் கிடக்கும் கோடிக்கணக்கான மக்களையும் வெளிச்சத்துக்குக் கொண்டுவரத் துடிக்கிறான். மிகுந்த போராட்டத்துக்குப் பின் அவனுக்கு ஒரு வாய்ப்பு கிடைக்கிறது. வாக்குரிமையின் மூலம் தனிப் பிரநிதித்துவம் பெற்று, அதன் மூலமாவது அம்மக்கள் எதிர்காலத்தில் முன்னேறும் வாய்ப்பை அவன் போராடிப் பெறுகிறான். ஆனால், அதனை முற்றாக நிராகரிக்கச் சொல்லி, உண்ணாவிரதம் இருக்கிறார் காந்தி. தேசமே அவரது உயிருக்காகக் கண்ணீர்விட்டுக் கதறுகிறது. அம்பேத்கரின் உள்ளம் தடுமாறியது.

நாட்கள் கடந்தன. நாளுக்கு நாள் காந்தியின் உடல் மெலிவுற்றது. ஆரம்பத்தில் தன் கொள்கையை எந்த இடர்வரினும் விட்டுக்கொடுத்துவிடக் கூடாது என்றிருந்த அம்பேதகரின் உறுதி, காந்தியின் உளவியல்ரீதியான அரசியல் அணுகுமுறையினால் கொஞ்சம் தளரத் துவங்கியது. 'துரோகி', 'கல்நெஞ்சன்', 'கைக்கூலி' என ஏராளமான பட்டங்கள் அம்பேத்கருக்குக் கிடைத்த காலகட்டம் அது. இறுதியாக, அன்றைய சூழலின் முக்கியத்துவம் வாய்ந்த தலைவர்களாக இருந்த ஜெயகர், சாப்ரு, பிர்லா, ராஜகோபாலாச்சாரி, ராஜேந்திர பிரசாத் போன்ற அனைவரது நெருக்கடிகளின் விளைவாக அம்பேத்கர், காந்தியுடன் பேச்சுவார்த்தை நடத்தச் சம்மதித்தார்.

செப்டம்பர் 22, வியாழக்கிழமை, இருபதாம் நூற்றாண்டு இந்திய வரலாற்றின் கொந்தளிப்பான ஒரு மாலை. அச்சமூட்டும் நெருக்கடியான அந்த நிமிடங்களில் அம்பேத்கர், எரவாடா சிறைக்கு வெளியே குழுவினருடன் காத்திருந்தார். காந்தியின் அந்த மயக்கமூட்டும் நிலையைக் கண்ட அடுத்த நொடியில் அம்பேத்கர் முழு சரணாகதி அடையப்போகிறார் என அனைவரும் நினைத்தனர். ஏனென்றால், இதற்கு முன் காந்தியை எதிர்கொண்ட அனைவரும் அப்படியாகத்தான் தங்களது தோல்விகளைச் சமர்ப்பித்திருந்தனர்.

சிறைக் கதவு திறந்தது. அனைவரும் உள்ளே நுழைந்தனர். தாழ்வாகப் படர்ந்திருந்த ஒரு மாமரத்து நிழலில் போடப்பட்டு இருந்த இரும்புக் கட்டிலின் மீது பாயை விரித்தபடி காந்தி

படுத்திருந்தார். சர்தார் வல்லபபாய் படேலும் சரோஜினி நாயுடுவும் அவரது அருகில் அமர்ந்திருந்தனர். அம்பேத்கர், காந்தியின் கட்டிலை நெருங்கி அமர்ந்தார். அங்கே அப்போது அச்சமூட்டும் பேரமைதி சூழ்ந்திருந்தது!

●

|12|

'உலகில் யாரும் தெய்விகக் குணங்களுடன் பிறப்பது இல்லை. ஒவ்வொருவருக்கும் அவரவர் மேற்கொள்ளும் முயற்சிகளைப் பொருத்துதான் முன்னேற்றமோ வீழ்ச்சியோ ஏற்படுகிறது!'

- அம்பேத்கர்

1932, செப்டம்பர் 22, வியாழக்கிழமை... இருபதாம் நூற்றாண்டின் இந்திய வரலாறு பயணிக்கும் திசையின் எதிர்பார்ப்புகள் பனிக்கட்டியாக எரவாடா சிறையின் மேல் உறைந்திருந்த மாலைப் பொழுது... அம்பேத்கரும் காந்தியும் தங்களது பேச்சுவார்த்தையைத் துவக்கினர். தன் நிலையிலிருந்து சற்றும் பின்வாங்காதவராக, அதே சமயம்... காந்தியின் உடல்நிலையையும் கருத்தில் கொண்டவராக சன்னமான குரலில் பேசத் துவங்கினார் அம்பேத்கர். கட்டிலில் சுருண்டு படுத்திருந்த காந்தி, மெலிந்த குரலால் பதிலுரைத்துக்கொண்டு இருந்தார். சில நிமிட உரையாடலுக்குப் பின், தாழ்த்தப்பட்டவர்களுக்கான இட ஒதுக்கீட்டை ஏற்றுக்கொள்வதாக அறிவித்தார் காந்தி, சில நிபந்தனைகளுடன். அம்பேத்கருக்கோ தன் மக்களுக்குக் கிடைத்திருக்கும் இந்த அரிய வாய்ப்பை முழுமையாகப் பயன்படுத்திக்கொள்ள வேண்டும் என்ற எண்ணம். ஆனால், காந்தியின் உடல் நிலை

குறித்தும் சிந்திக்க வேண்டிய சூழல். எனவே, தாழ்த்தப்பட்ட மக்கள் தங்களுக்கான பிரத்யேகமான பிரதிநிதியைத் தேர்ந்தெடுக்கும் இரண்டாவது வாக்கு உரிமையை அவர் கைவிட வேண்டிவந்தது. மற்றபடி குறிப்பிட்ட எண்ணிக்கையில் தனித் தொகுதிகள் ஒதுக்கப்பட்டு, அதில் அனைத்துச் சாதியினரும் சேர்ந்து வாக்களித்து, தாழ்த்தப்பட்ட பிரநிதிகளைத் தேர்ந்தெடுக்கலாம் என முடிவு செய்யப்பட்டது. என்றாலும் அன்று பேச்சு வார்த்தை முடிவுக்கு வரவில்லை. அம்பேத்கரின் கோரிக்கைகள் பல தெளிவாக முடிவு செய்யப்படாத காரணத்தால், மேலும் இரண்டு நாட்கள் நடந்த பேச்சுவார்த்தை இறுதியாக செப்டம்பர் 24—ம் தேதி சனிக்கிழமை ஏக மனதாக முடிவுக்கு வந்தது.

வரலாற்றில் புகழ்பெற்ற பூனா ஒப்பந்தம் அன்று மாலையே இரு தரப்பினரது கையெழுத்துக்களுடன் நிறைவேறியது. தாழ்த்தப்பட்டவர்கள் சார்பாக அம்பேத்கரும், காந்தி மற்றும் இந்துக்களின் சார்பாக மதன்மோகன் மாளவியாவும் கையெழுத்திட்டனர். மற்றும் சாட்சியாளர்களாக ராஜாஜி, தேவதாஸ் காந்தி, ரெட்டை மலை சீனிவாசன், எம்.சி.ராஜா, டாக்டர் ராஜேந்திர பிரசாத் ஆகியோரும் கையெழுத்திட்டனர். பூனா ஒப்பந்தத்தை நாடாளுமன்றத்தில் அறிவிக்கப்போவதாக பிரிட்டிஷ் அரசாங்கம் அறிவிப்பு செய்ய, காந்தி தன் உண்ணாவிரதத்தை முடித்துக்கொண்டார்.

இந்தியாவே சந்தோஷத்தில் திளைத்தபோது, அம்பேத்கரின் மனம் மட்டும் வேதனையில் தவித்தது. காந்தி மட்டும் பிடிவாதம் பிடிக்காமல் இருந்தால், தன் மக்களின் எதிர்காலம் அறியாமையிலிருந்து முழுவதும் விடுபட ஏதுவாக இருந்திருக்கும். ஆனால், இப்போது கிடைத்திருப்பது காலங்காலமாகப் பசியோடு காத்திருப்பவனின் முன் வீசப்பட்டு இருக்கும் ரொட்டித் துண்டு. இதனால், அதிகாரத்தில் சொற்பப் பிரதிநிதித்துவம் கிடைக்குமே தவிர, உண்மையான வெளிச்சத்தை ஒருபோதும் அடைய முடியாது என்பதை அவர் நன்கு உணர்ந்திருந்தார். இதனைத் தொடர்ந்து, இந்தியாவில் சாதிகள் எப்படித் தோன்றின, அவற்றின் வரலாறு என்ன என்பதைப் பற்றி

தீவிர ஆராய்ச்சி மேற்கொண்டு கட்டுரையாக எழுதத் துவங்கினார் அம்பேத்கர். இந்த ஆய்வுக்காக அவர் எண்ணற்ற நூல்களைப் படிக்க வேண்டியிருந்தது. அந்தப் புத்தகங்களைப் பாதுகாப்பதற்கென்றே தனியாக பம்பாய் தாதர் பகுதியில் புதிய வீடு ஒன்றைக் கட்டினார். புத்தர் வாழ்ந்த காலத்தில் பிம்பிசார மன்னனது தலைநகரமாக விளங்கிய ராஜகிருகம் எனும் பெயரைத் தன் புதிய வீட்டுக்குச் சூட்டினார். இக்காலத்தில் புத்த மதம் அவரது மனதை மெள்ள ஆக்கிரமிக்கத் துவங்கியது.

தாழ்த்தப்பட்ட மக்களை இந்து மதத்தின் மனரீதியான தளைகளிலிருந்து விடுவிக்க, இதர மதங்களைக் காட்டிலும்புத்த மதமே சிறந்த ஒன்றாக அவருக்குத் தோன்றியது. இதர மதங்கள், கடவுள் வழிபாட்டை முன்னிறுத்துகின்றன. அதனால், தவிர்க்கவே முடியாமல் புனிதங்களின் விகிதாசாரமும் மனிதர்களைப் பிரித்துவிடுகின்றன. வசதி மிகுந்தவன் கடவுளுக்கு நெருக்கமானவனாகவும், வசதியற்றவன் புனிதம் கெட்டவனாகவும் கட்டமைக்கப்பட்டுவிடுகிறான். ஆனால், புத்த மதம் ஒன்றுதான் கடவுள் வழிபாட்டைத் துறந்து அறத்தையும் மனிதனது நல்லெண்ணங்களையும் நடவடிக்கைகளையும் முன்னிறுத்துகிறது. அங்கே ஏற்றத்

தாழ்வுகள் ஏதும் இல்லை என்பதை முழுமையாக உணர்ந்தார்.

விபத்து போல இரண்டு மரணங்கள், புயலெனச் சீறிக்கொண்டு இருந்த அவரது சிந்தனை ஓட்டத்தைத் தடுத்து நிறுத்தின. முதலாவது மரணம், அவருடைய ஞானகுருவினுடையது. சிறு வயதில் பூங்காவில் அம்பேத்கரின் ஆழ்ந்த அமைதியைக் கண்ட மாத்திரத்திலேயே, 'இவன்

மிகப் பெரிய மனிதனாக வருவான்' எனக் கணித்த ஆசிரியர் கெலுஸ்கரின் மரணம். இரண்டாவது மரணம், அவரது மனைவி ரமாபாயினுடையது. மனைவியின் பிரிவால் சில காலம் அரசியலை விட்டே ஒதுங்கிவிடலாமா என நினைத்தார். என்றாலும் வரலாற்றின் சில நியாயங்களுக்கு அம்பேத்கரின் செயல்பாடு அவசியம் தேவையான ஒன்றாக இருந்தது. சில மாதங்களிலேயே பம்பாய் சட்டக் கல்லூரி முதல்வராகப் பொறுப்பேற்க அரசாங்கம் அவருக்கு அழைப்பு விடுத்தது. பிரிட்டிஷ் அரசாங்கத்தின் உத்தரவுப்படி இந்தியாவில் மாகாணங்களில் தேர்தல் நடத்த ஆயத்தமானபோது, சார்பற்ற தொழிலாளர் கட்சி எனும் பேரில் அமைப்பு ஒன்றை உருவாக்கி, 15 உறுப்பினர்களைக்கொண்ட ஒரு சிறந்த எதிர்க் கட்சியாக பம்பாய் சட்டசபையில் பொறுப்பேற்றார் அம்பேத்கர்.

1946 ஜூன் 20—ம் நாளன்று அவரது வாழ்க்கையின் முக்கியமான கனவொன்று பலித்தது. அன்றுதான், தாழ்த்தப்பட்டவர்களுக்கான சித்தார்த்தா சட்டக் கல்லூரியைத் தோற்றுவித்தார். இன்றும் அக்கல்லூரி ஆண்டு தோறும் ஆயிரக்கணக்கான தாழ்த்தப்பட்ட சமூகத்தினரைப் பட்டதாரிகளாக உருவாக்குகிறது!

|13|

'மாபெரும் லட்சியத்தையும் வெற்றியில் நம்பிக்கையையும் வாழ்க்கையில் ஏற்றுக்கொண்டால், யாரும் உயர்ந்த நிலையை அடைய முடியும்!'

- அம்பேத்கர்

வரலாற்றின் அற்புதங்கள் என்பது, அது தனது தவற்றைத் தானே திருத்தி எழுதிக்கொள்ளும்போதே நிகழ்கிறது. இந்திய வரலாற்றுக்கு அப்படி ஒரு வாய்ப்பை வழங்குவதற்கென்றே வந்தது 1947. அந்த ஆண்டின் துவக்கத்திலேயே பிரிட்டிஷ் அரசாங்கத்தின் அணுகுமுறையில் படிப்படியாகப் பல மாறுதல்கள். இறுதியாக, இந்தியாவுக்குச் சுதந்திரம் வழங்குவதென அது முடிவெடுத்தது. எதிர்கால இந்தியாவைக் கட்டியமைக்கும் சில முக்கியமான பொறுப்புகளைத் தீர்மானிக்க பாபு ராஜேந்திர பிரசாத்தை அழைத்தது. அரசியல் நிர்ணய சபை எனும் ஓர் அமைப்பை அவரது தலைமையில் உருவாக்கும்படி கோரியது. அந்தக் குழுவில் ஒருவராக, தவிர்க்கவே முடியாமல் தேர்ந்தெடுக்கப்பட்டார் அம்பேத்கர். அப்படி அம்பேத்கரைத் தேர்ந்தெடுத்ததன் மூலமாக இந்தியா கண்ட பேறு என்ன தெரியுமா? இன்று பாரெங்கும் பட்டொளி வீசிப் பறக்கும் நம் தேசியக் கொடியின்

அம்பேத்கருடன் நேரு

நடுவில், காங்கிரஸின் சின்னமான ராட்டை வேண்டும் என காந்தியும், ஓம் வேண்டும் என சாவர்க்கரும் போட்டியிட, அசோகரின் தர்மச் சக்கரம்தான் நாம் அனைவரும் சமம் என்பதை உணர்த்தும் சரியான சின்னமாக இருக்கும் என்று உறுதியாக நின்று, அதை அனைவரும் ஏற்கும் வகையில் தீர்மானத்துக்குக் கொண்டுவந்தவர் அம்பேத்கர். அதற்கான வாதத்தின்போதுதான், அம்பேத்கரின் அளப்பரிய அறிவின் வீச்சையும் தேசப்பற்றையும் கண்டு காந்தியும் நேருவும் வியந்தனர். சுதந்திர இந்தியாவின் எதிர்காலத்தை வடிவமைக்கக்கூடிய வல்லமைகொண்ட ஒரே அறிஞர் இவர்தான் என்பதை முழு மனதுடன் ஏற்றுக்கொண்டனர்.

ஆகஸ்ட் 3—ம் தேதி வெளியிடப்பட்ட சுதந்திர இந்தியாவின் புதிய அமைச்சர்கள் பட்டியல் நேருவால் வெளியிடப்பட்டது. இந்தியாவைச் சூழ்ந்திருந்த இருளையெல்லாம் விலக்கிய ஒரு மகத்தான அறிவு விளக்காக, அம்பேத்கரின் பெயர் அந்தப்பட்டியலில் சட்ட அமைச்சராக எழுதப்பட்டு இருந்தது. அந்த உற்சாகம் தந்த மகிழ்ச்சியில் இந்தியாவே பூரிப்பில் திளைக்க, ஆகஸ்ட்15— ம்

தேதி பூரண சுதந்திரமும் ஒரு மாலையாக நம் தேசத்தின் கழுத்தில் விழுந்தது.

உலகிலேயே மிகவும் கடினமான பணி எது என்றால், அது ஒரு நாட்டின் சட்டதிட்டங்களை வரையறுப்பதுதான். பல்வேறு மதம், இனம், மொழி, சாதிகளுடன் இருக்கும் இந்தியாவில் அனைவரது உரிமைகளையும் காப்பாற்றித் தரும் வகையில் சட்டங்களை வடிவமைக்க வேண்டும். சிறு உளியால், இமயமலை அளவுக்கான ஒரு கற்பாறையைச் சிற்பமாகச் செதுக்குகிற காரியம். கடும் உழைப்பும், தேசப்பற்றும், எதிர்காலம் குறித்த அக்கறையும், அனைவரையும் சமமாகப் பார்க்கும் உளப்பாங்கும் இருந்தால் மட்டுமே நிறைவேற்ற முடியும். அப்படிப்பட்ட மகத்தான பணி அம்பேத்கரிடம் ஒப்படைக்கப்பட்டது. அல்லாடி கிருஷ்ணசாமி, டி.டி.கிருஷ்ணமாச்சாரி உட்பட ஏழு பேர் கொண்ட உறுப்பினர் குழு அமைக்கப்பட்டது. ஆனால், பணியின் சிரமம் காரணமாக ஒவ்வொருவராகக் கழன்றுகொள்ள, இறுதியில் அம்பேத்கர் ஒருவரே அந்த ஒப்பற்ற காரியத்தில் தன்னை முழுமையாக அர்ப்பணித்துக்கொண்டார்.

இதனிடையே நாதுராம் கோட்சேவால் சுடப்பட்டு காந்தி இறக்க, அவரது இறுதி ஊர்வலத்தில் கலந்து கொண்ட அம்பேத்கர், உடல் நலமின்மையால் பாதியில் திரும்பினார். தொடர்ந்து இரவுபகலாக உறக்கமே இல்லாமல், அவர் இந்தக் காரியத்தில் தன்னை ஈடுபடுத்திக்கொண்டதால் அவரது நரம்பு மண்டலம் அழுத்தமான பாதிப்புக்குள்ளானது. சிகிச்சைக்காக மருத்துவமனையில் அனுமதிக்கப்பட்டு இருந்தபோது அறிமுகமான சாரதா கபீர் எனும் பிராமணப் பெண் மருத்துவரை அம்பேத்கர் தனது இரண்டாவது மனைவியாகத் திருமணம் செய்துகொண்டார். அம்பேத்கரின் சட்டம் இயற்றும் மகத்தான பணி பல்வேறு இன்னல்களைக் கடந்து இறுதி வடிவத்தை எட்டியது.

1949, நவம்பர் 26—ம் நாள் 395 விதிகளையும் 8 அட்டவணைகளையும் கொண்ட இந்திய அரசியல் அமைப்புச் சட்டம் அம்பேத்கரால் முழுமையாகச் சட்ட அவையில் அர்ப்பணிக்கப்பட்டு ஏற்கப்பட்டது. இதனை முன்வைத்து 1950 ஜனவரி 26—ல் இந்தியா, முழுமையான குடியரசு நாடாக அறிவித்துக்கொண்டது. இப்படியாக நம் தேசத்தின் தலைவிதிகளைத் தீர்மானித்த அந்த மகத்தான தலைவர் 1951—ல் இந்து சட்ட மசோதாவில் தனக்கு இருந்த சில மாறுபாடான கருத்துக்களை முன்வைத்து தன் சட்ட அமைச்சர் பதவியை ராஜினாமா செய்தார். தொடர்ந்து புத்த மதக் கொள்கைகளைப் பரப்புவதில் முழுமையாகத் தன்னை ஈடுபடுத்திக்கொண்டார். சாதியத்தை வேரோடு அழிக்கும் பணியிலும், இந்தியாவின் ஆன்மாவாக விளங்கும் அரசியல் சாசனச் சட்டத்தை வடிவமைக்கும் பணியிலும் தன்னை முழுமையாக அர்ப்பணித்த அம்பேத்கர், 1956—ல் உடல்நலக் குறைவு காரணமாக இறுதி நாட்களில் இருந்தார்.

இன்னும் மதத்தின் பேரால் ஒடுக்கப்பட்டுத் தவிக்கும் தாழ்த்தப்பட்ட மக்களின் விடுதலைக்கான ஏக்கம் மட்டுமே அவரது உயிர் வலியைவிட அதிகமாக அவரை இம்சித்துக்கொண்டு இருந்தது. காந்தி மட்டும் அன்று இரட்டை வாக்குரிமையை எதிர்க்காமல் இருந்திருந்தால், அந்த விடியலைத் தரிசித்திருக்க முடிந்திருக்கும். ஆனால், அதற்கு வழியற்றுப் போய்விட்டதே எனும் வேதனைதான் அவரை இறுதிக் காலத்தில் பெரிதும் அலைக்கழித்தது.